AF748203

പൂർണ

2020

കുഞ്ഞികൃഷ്ണൻ എം.ബി.

മുല്ലശ്ശേരി ഭാസ്കരൻ നായരുടെയും ഭാർഗവി അമ്മയുടെയും മകനായി കണ്ണൂർ ജില്ലയിലെ ഇരിട്ടിയിൽ ജനിച്ചു. മട്ടന്നൂർ പഴശ്ശിരാജാ എൻ. എസ്. എസ്. കോളേജിൽ നിന്ന് ബിരുദവും, കണ്ണൂർ ശ്രീനാരായണാ കോളേജിൽ നിന്ന് ബിരുദാനന്തര ബിരുദവും നേടിയ ശേഷം കാലിക്കറ്റ് യൂണിവേഴ്സിറ്റിയിൽ ജോലിയിൽ പ്രവേശിച്ചു. കാലിക്കറ്റ് യൂണിവേഴ്സിറ്റിയിലെ പരീക്ഷകളെ സംബന്ധിച്ച റഫറൻസ് ഗ്രന്ഥമായ Handbook on Examinations -ന്റെ സഹരചയിതാവാണ്. അദ്ധ്യാപികയായ ഭാര്യ സുപ്രിയ, മക്കളായ അഖിൽ, അമൽ എന്നിവരടങ്ങുന്നതാണ് കുടുംബം. പാദമുദ്ര, പ്രോട്ടോകോൾ, പാഠശാല, പുറപ്പാട് എന്നീ പുസ്തകങ്ങൾ പ്രസിദ്ധീകരിച്ചിട്ടുണ്ട്. വിലാസം: പുലരി, അത്താണി, കോട്ടക്കൽ PIN - 676503, Mobile: 9446769386, e-mail:kunhikrishnanmb@gmail.com

ഓർമകൾ

കുഞ്ഞികൃഷ്ണൻ എം.ബി.

പടിപ്പുര

പൂർണ പബ്ലിക്കേഷൻസ്, കോഴിക്കോട്
കോഴിക്കോട് ■ കല്പറ്റ ■ തിരുവനന്തപുരം

POORNA

SINCE 1966

Padippura

Memoirs

Kunhikrishnan M.B.

Malayalam
First Edition: March 2020

Cover: Rabeesh

Typesetting: Poorna Clt.
Printing: Premier Offset, Clt.

ISBN:978-81-300-2326-7
8989(3-2020)110.I.o.e

Published by:
POORNA PUBLICATIONS, KOZHIKODE
TBS Building, G.H. Road, Kozhikode-673001
Ph: 0495-2720085, 2720086, 2721025

Branches: **Kalpetta** 04936-203842
Thiruvananthapuram 0471-2570504

e-mail:tbsbook@gmail.com
Online Bookstore: www.tbsbook.com

ആമുഖം

എന്റെ അഞ്ചാമത്തെ പുസ്തകമാണ് പടിപ്പുര. സാക്ഷിയായും നിമിത്തമായും കഥാപാത്രമായും ഞാൻ വർത്തിക്കാനിടയായ ഒരുപിടി യൂണിവേഴ്സിറ്റി കാമ്പസ് ഓർമ്മകളാണ് പടിപ്പുരയുടെ ഉള്ളടക്കം. തേയ്മാനമില്ലാതെ മനസിൽ കിടക്കുന്ന അത്തരം ചില ഓർമ്മകളെ പണിക്കുറ്റം തീർത്തെടുത്ത് കാമ്പസിനു സമർപ്പിക്കാനുള്ള എളിയ ശ്രമത്തിന്റെ ഫലമാണ് പടിപ്പുര എന്ന ഈ പുസ്തകം.

ഈ പുസ്തകത്തിന് അവതാരിക എഴുതാൻ സന്മനസു കാണിച്ച കാലിക്കറ്റ് യൂണിവേഴ്സിറ്റി മലയാള വിഭാഗം മേധാവി ഡോ.ആർ.വി.എം. ദിവാകരൻ, കഥാചിത്രീകരണം നിർവ്വഹിച്ച യൂണിവേഴ്സിറ്റിയിലെ പ്രിയ സുഹൃത്ത് രമിത്ത്, പ്രസിദ്ധീകരണ ചുമതല ഏറ്റെടുത്ത പൂർണ പബ്ലിക്കേഷൻസ് എന്നിവർക്ക് നന്ദി.

പടിപ്പുരയുടെ വാതിൽ നിങ്ങൾക്കായി തുറക്കട്ടെ,

വിനയത്തോടെ,

കുഞ്ഞികൃഷ്ണൻ എം.ബി.

കാഴ്ചയുടെ അശാന്തികൾ

സർവീസ്സ്റ്റോറി എന്നൊരു സാഹിത്യജനുസ്സുണ്ടല്ലോ, മലയാറ്റൂരിന്റെ 'എന്റെ ഐ.എ.എസ് ദിനങ്ങളെ'യും ആർ പ്രസന്നന്റെ 'നിയമസഭയിൽ നിശ്ശബ്ദനായി'യെയും പോലെ. ഒരർഥത്തിൽ ആത്മകഥകളാണിവ - സർവീസ് അനുഭവങ്ങൾ. ജീവിതത്തിലെ സുപ്രധാനമായൊരു കാലഘട്ടത്തിലെ അനുഭവങ്ങൾമാത്രം പറയുന്ന, ആത്മകഥയുടെ വിചാരപ്രധാനമായ ഒരു ഉപഗണം. ആത്മകഥയെ ഒരിനം കഥയും, ജീവചരിത്രത്തെ ഒരിനം ചരിത്രവുമാക്കുന്നത് എന്തെന്ന് ആലോചിക്കാവുന്നതാണ്. അങ്ങനെ നോക്കിയാൽ ആത്മകഥയിൽ ആത്മാംശവും കഥാംശവും തമ്മിൽ ഒരു സംഘർഷം ഉടലെടുക്കുന്നതു കാണാം. തന്റെ നേരനുഭവങ്ങളെ എത്രതന്നെ സത്യസന്ധമായി പറഞ്ഞാലും അവ കെട്ടുകഥയായിപ്പോവുന്നല്ലോ എന്ന മൗഢ്യം ആത്മകഥാകൃത്തുക്കളെ നിശ്ചയമായും പിടികൂടിയിരുന്നിരിക്കണം. ഭൂതകാലം കഥയല്ലെങ്കിൽ പിന്നെന്ത് എന്ന അനിവാര്യമായൊരു ആശ്വാസത്തിലേക്ക് അവർ എത്തുന്നുമുണ്ടാവണം. സർവീസ്സ്റ്റോറി എന്ന പദത്തിൽത്തന്നെയുള്ള കഥാംശത്തെമാത്രം സ്വീകരിച്ചുകൊണ്ട്, സർവീസനുഭവങ്ങളെ പശ്ചാത്തലത്തിൽ നിർത്തി കഥകളെഴുതുമ്പോൾ കുഞ്ഞികൃഷ്ണൻ എം.ബി. എന്ന കഥാകാരൻ തീർച്ചയായും ഈ രണ്ടു മനോവ്യാപാരങ്ങളിലൂടെയും കടന്നുപോയിരിക്കും എന്നു ഞാൻ കരുതുന്നു.

സർവീസനുഭവങ്ങൾ സമാഹരിച്ച *പാദമുദ്ര*യെന്ന (2015) ആദ്യ പുസ്തകത്തെ ഓർമക്കുറിപ്പുകളായാണ് കുഞ്ഞികൃഷ്ണൻ വിഭാവനചെയ്തിട്ടുള്ളത്. തുടർന്നു വന്ന *പ്രോട്ടോകോൾ* (2016) എന്ന സമാഹാരത്തിനും പ്രചോദനമായത് സർവീസ് അനുഭവങ്ങളാണെങ്കിലും അവയെ ഓർമക്കുറിപ്പുകളെന്നല്ല, കഥകളെന്നുതന്നെ വിളിക്കാൻ കഥാകൃത്ത് തയ്യാറാവുന്നു. *പാഠശാല* (2018), *പുറപ്പാട്* (2019) എന്നീ കഥാസമാഹാരങ്ങളിലും വല്ലപ്പോഴും തന്റെ പരിചിതലോകം തലനീട്ടുന്നുണ്ടെങ്കിലും പൊതുവിൽ അവ സർവീസ് സംബന്ധിയല്ലെന്നുതന്നെ പറയാം. *പടിപ്പുര*യെന്ന ഈ പുസ്തകം വീണ്ടും സർവീസനുഭവങ്ങളുടെ ഓർമകളുണർത്തുന്നവയാണ്. നേരിട്ടും അല്ലാതെയുമുള്ള അനുഭവങ്ങളാണ് ഏത്

രചനയ്ക്കും പിന്നിൽ പ്രവർത്തിക്കുന്നതെങ്കിലും ആ അനുഭവങ്ങൾക്ക് കഥയുടെ രാസമാറ്റത്തിലൂടെ കടന്നുപോവാൻ സാധിക്കുന്നു എന്നതാണ് ഈ പുസ്തകത്തിലെ ഓരോ രചനയെയും വേറിട്ടുനിർത്തുന്നത്. എന്നെപ്പോലെ, കാലിക്കറ്റ് സർവകലാശാലയിൽ കഥാകൃത്തിന്റെ സഹപ്രവർത്തകരായുള്ളവർക്ക് ചില കഥകളുടെ പശ്ചാത്തലമായി പരിചിത ഭൂഭാഗങ്ങൾ സങ്കല്പിക്കാനാവുമെന്നതിൽക്കവിഞ്ഞ് സർവീസനുഭവങ്ങളെന്ന ആത്മാംശം കഥകളെ തെല്ലും അലോസരപ്പെടുത്തുന്നില്ല. അക്ബർ കക്കട്ടിൽ അധ്യാപകകഥകളെഴുതിയപ്പോൾ സംഭവിച്ചതുപോലെ, ഇവിടെയും വൈയക്തികാനുഭവങ്ങൾ സാമൂഹികമാവുകയാണ് ചെയ്യുന്നത്. അപ്പോൾ മാത്രമാണല്ലോ അവ കഥകളാവുന്നത്. അവനവന്റെ അനുഭവങ്ങളെയാണ് ആഖ്യാനം ചെയ്യുന്നതെങ്കിലും ആ അവനവൻ, ആഖ്യാതാവെന്ന റോൾവിട്ട് കഥയെ ഭരിക്കുന്നില്ലെന്നത് ശ്രദ്ധിക്കണം.

കുഞ്ഞികൃഷ്ണന്റെ എഴുത്തുഭാഷ പ്രസന്നവും സരളവുമാണ്. നിർമ്മമമായും നിസ്സംഗമായും എഴുതാൻ കഥാകൃത്തിന് സാധിക്കുന്നു. അനുഭവങ്ങളെ മാറിനിന്ന് നോക്കിക്കാണാനുള്ള ആഖ്യാനപരമായ അകൽച്ച കഥാകൃത്ത് കൈവരിക്കുന്നുവെന്നത് ചെറിയ കാര്യമല്ല. ഏതുകാലത്ത് നടന്ന കഥയാണെങ്കിലും ഭാഷ സമകാലമാണ്. പുത്തൻ തിരമൊഴിക്കാലത്ത് സജീവമായ ഒട്ടേറെ സവിശേഷപ്രയോഗങ്ങൾ കഥകളിൽ കടന്നുവരുന്നു. പരസ്യവാചകങ്ങളിൽനിന്നും പത്രശൈലിയിൽനിന്നും അർബൻ/മൊബൈൽലോറിൽ നിന്നും അനവധി ശൈലികൾ കഥയിൽ നിറയുന്നു. പഴക്കംതോന്നിക്കുന്നതും വിശേഷണസമൃദ്ധവും അലങ്കൃതവുമായ ഭാഷ കഥയുടെ വിവരണഭാഗങ്ങളിൽ ഒരു രചനാശൈലിയെന്നോണവും സംഭാഷണങ്ങളിൽ പാത്രസവിശേഷതയെന്നോണവും സ്വീകരിക്കുമ്പോഴും എഴുത്തിൽ നാം ചെടിച്ചുപോവാത്തത് നൂതന ശൈലികളുമായി അവയെ ചേർത്തുനിർത്തുന്നതുകൊണ്ടാണ്. 'കാഴ്ചയുടെ അശാന്തി' എന്ന കഥ തുടങ്ങുന്നതിങ്ങനെ: 'രുചി കുറഞ്ഞൊരു ഓർമയാണ് - അജിനോമോട്ടോ ചേർക്കാതെ തയ്യാറാക്കിയ വിഭവം പോലെ ഒന്ന്. നിറപ്പകിട്ടില്ലാത്ത ഒരു ചെറുപ്പക്കാരിയുടെ മനസ്സിൽ അലയടിച്ച അശാന്തഭേരിയാണ് ഇതിലെ ഇതിവൃത്തം. സങ്കടത്തടങ്കൽ ഭേദിച്ച് പുറത്തുചാടിയ തേങ്ങലിന്റെ ഹൃദയസാക്ഷ്യം.' അശാന്തഭേരിയും സങ്കടത്തടങ്കലും ഹൃദയസാക്ഷ്യവും പഴകിപ്പോവാതെ നോക്കാൻ 'ഒരു നുള്ള്' അജിനോമോട്ടോയ്ക്ക് കഴിയുന്നുവെന്നതാണ് കഥാകൃത്തിന്റെ വിജയം. ഓഫീസിലെ ഓണാഘോഷത്തിന്, സെറ്റുസാരിയുടുത്ത് ഐശ്വര്യാറായികളായി പരിലസിക്കുന്ന തരുണീമണികൾക്കൊപ്പം ചന്ദനക്കളർഷർട്ടും വെള്ളമുണ്ടും ധരിച്ച പുരുഷപ്രജകൾ പിടിച്ചുനിൽക്കുന്നതുപോലെ

പഴയതും പുതിയതുമായ അലങ്കാരങ്ങൾ കഥകളിൽ 'കട്ടയ്ക്കുകട്ട' പിടിച്ചു നിൽക്കുന്നു. 'കാറ്റിന്റെ ശീതങ്കൻതുള്ളൽ ഏറ്റുവാങ്ങി ഒരു മഹാഗണി മരം ജൈവവേലിക്കപ്പുറത്ത് നിന്നിരുന്നു. അതിനുമപ്പുറം, വലതുമാറി, മട്ടത്രികോണവടിവിൽ ആസ്തിമൂല്യം കൂടിയ ഒരു വീട് കാണപ്പെട്ടു. ഘനസാന്ദ്രമായൊരു നിശ്ശബ്ദതയിൽ ലയിച്ചുനിൽക്കുന്ന ആ വീടിനു നേരേ ചൂണ്ടി രാജേന്ദ്രൻ പറഞ്ഞു - ദുഷ്ടനായൊരു ഗൃഹനാഥനും ക്ലാവ്വീണ മുഖമുള്ള അയാളുടെ ഭാര്യയും പെരുനാളാഘോഷം പോലൊരു പെണ്ണുമാണ് അവിടെ താമസിച്ചിരുന്നത്' (അനുഷ്ഠാനഹത്യകൾ). അതീവജാഗ്രതയോടെ പദശൈലികൾ തിരഞ്ഞെടുക്കുന്ന രചനാകൗശലം നോക്കുക. വീടിന്റെ മട്ടത്രികോണവടിവിനൊപ്പം ആസ്തിമൂല്യവും ഘനവും സാന്ദ്രതയും ചേർന്ന് എഴുത്തിന് ഗണിതവടിവ് വരുത്തുന്നു. ക്ലാവുവീണമുഖമെന്ന ശൈലിയിൽ ഒന്നുവഴുക്കുന്ന വായനക്കാർക്ക് ഉടൻ, പെരുനാളാഘോഷംപോലുള്ള പെണ്ണിനെക്കിട്ടുന്നു, താങ്ങിന്. ഭാഷയിൽ ദീക്ഷിക്കുന്ന ഈ സൂക്ഷ്മതയ്ക്ക് ഈ സമാഹാരത്തിലെ ഏതു കഥയും ഉദാഹരണം തന്നെ.

നർമമാധുര്യത്തിൽ മുഗ്ധരായി ഒരു ചെറുചിരിയോടെ പുസ്തകം അടച്ചുവെച്ചാലും പല കഥാപാത്രങ്ങളും പിന്നെയും തെല്ലൊരു നൊമ്പരത്തോടെ നമ്മോടൊപ്പം നടക്കാനിറങ്ങുന്നു. 'പടിപ്പുര'യിലെ കാണാതെ പോവുന്ന വർക്കിസാർ, 'കാഴ്ചയുടെ അശാന്തി'യിലെ സർട്ടിഫിക്കറ്റന്വേഷിച്ചെത്തുന്ന വിശക്കുന്ന പെൺകുട്ടി', 'കീറാമുട്ടി'യിലെ കരിഞ്ചായനിറമുള്ള ശാന്തി, 'പാഠംഒന്ന് - പിരാന'യിലെ വറീതും ദാനിയേലും, 'പാലുകാച്ചലി'ലെ അലീന, 'വായില്ലാക്കുന്നിലപ്പനി'ലെ ഷാജു അങ്ങനെ നിരവധി കഥാപാത്രങ്ങൾ. ചുറ്റും നിത്യവും കാണുന്ന മനുഷ്യരിൽ എന്തൊക്കെ തരക്കാരാണ് എന്ന് അത്ഭുതപ്പെട്ടുപോവുന്നു നാം. കാണുന്ന പ്രകൃതവും കാണാതെപോവുന്ന പ്രകൃതവും തമ്മിലുള്ള അന്തരം നമ്മെ അസ്വസ്ഥരാക്കുന്നു. പെട്ടെന്നൊന്നും മായാനനുവദിക്കാതെ കഥാപാത്രങ്ങളെ വരച്ചിടാൻ കഥാകൃത്തിന് സാധിക്കുന്നുണ്ട്. സരസമായ കഥാഗതിയുടെ ഒടുക്കം വന്നുചേരുന്ന കലങ്ങലിൽ, അശാന്തിയിൽ, കുരുക്കിൽ കഥാപാത്രങ്ങൾക്കൊപ്പം വായനക്കാരും കുടുങ്ങിപ്പോവുന്നത് ആദ്യവരി തൊട്ടുതന്നെ തുടങ്ങുന്ന മമതാബന്ധം മൂലമാണ്. ഇതാണ് കഥയുടെ വിജയം.

കുഞ്ഞികൃഷ്ണന്റെ അഞ്ചാമത്തെ പുസ്തകം അതീവസന്തോഷത്തോടെ ഞാൻ വായനക്കാർക്കുമുമ്പിൽ സമർപ്പിക്കുന്നു.

ഡോ.ആർ.വി.എം.ദിവാകരൻ

മലയാള വിഭാഗം, കാലിക്കറ്റ് സർവകലാശാല

ഉള്ളടക്കം

കാഴ്ചയുടെ അശാന്തി

കാഴ്ചയുടെ അശാന്തി

രുചി കുറഞ്ഞൊരു ഓർമ്മയാണിത് - അജിനോമോട്ടോ ചേർക്കാതെ തയ്യാറാക്കിയ വിഭവം പോലെ ഒന്ന്. നിറപ്പകിട്ടില്ലാത്ത ഒരു ചെറുപ്പക്കാരി യുടെ മനസിൽ അലയടിച്ച അശാന്തഭേരിയാണ് ഇതിലെ ഇതിവൃത്തം. സങ്കടത്തടങ്കൽ ഭേദിച്ച് പുറത്തുചാടിയ തേങ്ങലിന്റെ ഹൃദയസാക്ഷ്യം.

ഓണക്കാലമായിരുന്നു, അത്. കൊടുത്തു മുടിഞ്ഞ് പാതാളം പൂകിയ സൽഗുണസമ്പന്നന്റെ ഓർമ്മ പുതുക്കൽ കാലം. മാനുഷരെല്ലാരും ആമോദത്തോടെ വസിച്ചിരുന്ന ആ നല്ല കാലത്തിന്റെ മധുര സ്മരണ കൾ നാട്ടിലെങ്ങും കൊണ്ടാടപ്പെടുകയാണ്. ഓഫീസിലെ സഹപ്രവർത്ത കരും ഓണപ്പരിപാടികൾക്കായുള്ള തയ്യാറെടുപ്പുകൾ തുടങ്ങി. മുൻകൂറായി കൈവന്ന അലവൻസ് സംഖ്യ ഓണക്കോടികളായി രൂപാന്തരം പ്രാപിച്ചു കഴിഞ്ഞിരുന്നു. സെറ്റുസാരിയുടുത്ത് തരുണീമണികൾ ഐശ്വര്യാറായി മാരായി പരിലസിച്ചു. ചന്ദനക്കളർ ഷർട്ടും വെള്ളമുണ്ടും ധരിച്ച് പുരുഷ പ്രജകളും കട്ടയ്ക്കു കട്ട പിടിച്ചുനിന്നു. ഭൂമിയിലെ സുന്ദരസൃഷ്ടി മനുഷ്യ നാണെന്ന് ഉദ്ഘോഷിക്കുന്ന കാഴ്ചവട്ടപ്പെരുമയിൽ ഓഫീസ് അങ്കണം തിളങ്ങി നിന്നു.

ഓണപ്പൂക്കളത്തിന്റെ രൂപരേഖാ ചർച്ചകൾ നടക്കുകയാണ്. പൂക്കള ത്തിന്റെ ചുമതല ഇത്തവണ ജിന്മേഷിനാണ്. വട്ടത്തിലും നീളത്തിലും ത്രികോണാകൃതിയിലും ഷഡ്ഭുജാകൃതിയിലുമായി നാനാതരം രൂപങ്ങൾ വരച്ചും മായ്ച്ചും അയാൾ അഭിപ്രായം തേടുകയാണ്- ഉത്തമമായത് തെര ഞ്ഞെടുക്കാൻ. വാചകമേളകൾക്കിടയിലൂടെ പൂക്കളത്തിന്റെ ബാഹ്യരൂപം ഏകദേശം ഒത്തുവന്നുകൊണ്ടിരുന്നു.

“വിവരദോഷികൾ മുടിഞ്ഞ ആത്മവിശ്വാസത്തിലും, വിജ്ഞാനികൾ ഒടുക്കത്തെ സംശയത്തിലും - ഇതാണിവിടുത്തെ പ്രശ്നം.”

ഇതു മതി, ഇതു മതി എന്ന ആഹ്വാനങ്ങൾക്കിടയിൽ ആരുടേയോ ശബ്ദം ഉയർന്നു കേട്ടു.

നിങ്ങളായി, നിങ്ങളുടെ പാടായി എന്ന മട്ടിൽ ഒരാൾ മാത്രം സജീവത വെടിഞ്ഞ് കിഞ്ചന വർത്തമാനത്തിൽ നിന്ന് ഒഴിഞ്ഞുമാറി നിലകൊണ്ടു. കഴിഞ്ഞ ഓണത്തിന് പൂക്കളം നിർമ്മിച്ച് കയ്യടി നേടിയ രഘുവരൻ ആയിരുന്നു, അത്. മറ്റു ബ്രാഞ്ചുകളിലെ ജീവനക്കാരുടെ പോലും പ്രശംസ നേടിയ ആ പൂക്കള സൃഷ്ടാവ് ഇത്തവണ ഫീൽഡ് ഔട്ടായതിനു പിന്നിൽ പലർക്കുമറിയാത്ത ഒരു കഥയുണ്ട്.

പട്ടത്തിന്റെ ആകൃതിയിലുള്ള മനോഹരമായൊരു പൂക്കളം ഒരുക്കിയാണ് രഘുവരൻ അന്ന് ഏവരെയും കയ്യിലെടുത്തത്. നൂൽ പൊട്ടാതെ സൂക്ഷ്മതയോടെ കൊണ്ടു നടക്കേണ്ടുന്ന ജീവിതത്തെയാണ് പട്ടപ്പൂക്കളം ധ്വനിപ്പിക്കുന്നതെന്നും മറ്റുമുള്ള കിടിലൻ കമന്റുകൾ അന്ന് അതിന് ലഭിച്ചതുമാണ്. ഓണപ്പരിപാടിയുടെ ഭാഗമായി കഴിഞ്ഞവർഷം മാതൃകാ ദമ്പതികളെ തിരഞ്ഞെടുക്കലും ഉണ്ടായിരുന്നു. ഞങ്ങളുടെ ബ്രാഞ്ച് ഹെഡിനെയും ഭാര്യയേയുമാണ് അന്ന് മാതൃകാ ദമ്പതികളായി തെരഞ്ഞെടുത്തത്. അത് തികച്ചും നീതിയുക്തമായ തീരുമാനമായിരുന്നു. ആഗോളീകരണ കാലത്ത് മനുഷ്യബന്ധങ്ങൾക്ക് വില ഇടിഞ്ഞുവെന്ന് വിലപിക്കുന്ന വേണ്ടാശങ്കക്കാരോട് 'അവരെ കണ്ടു പഠിക്കൂ' എന്ന ചിലർ പറയാറുണ്ട്. പ്രേമവിവാഹമായിരുന്നു, അവരുടേത്. ഇഷ്ടങ്ങളുടെ ഫ്രൂട്ട്സാലഡ് നിരന്തരം കൈമാറി, രമണനും ചന്ദ്രികയുമായി ഇന്നും കഴിയുന്ന അവരോട് പലർക്കും അസൂയ തോന്നിയിരുന്നു. ഒരേ അച്ചിലിട്ട് വാർത്ത ദിനങ്ങൾ കുടുംബ ജീവിതത്തിന്റെ ശോഭ കെടുത്തുമെന്ന ചിന്തയുടെ മറുപുറമായിരുന്നു, സ്നേഹസുരഭിലമായ അവരുടെ സഹവാസം. ഇടതുകൈക്ക് വലതുകൈ എന്ന മട്ടിൽ പരസ്പരപൂരകമായ ഉദാത്ത മാതൃകാ ജീവിതമായിരുന്നു, അവർ നയിച്ചിരുന്നത്. മെയ്ഡ് ഫോർ ഈച്ച് അദർ.

ബ്രാഞ്ച് ഹെഡിന്റെ സ്കൂട്ടറിനു പിന്നിൽ ചേർന്നിരുന്ന് പുഞ്ചിരിയോടെ യാത്ര ചെയ്യുന്ന ആ കുലീന സ്ത്രീയെ കുശുമ്പോടെ വീക്ഷിക്കുന്ന ചിലരെങ്കിലും ഉണ്ടായിരുന്നു. പൊള്ളയായ സ്നേഹപ്രകടനമാണ് അവരുടേതെന്ന് കരുതിയ അപൂർവ്വം ചില ദോഷൈക ദൃക്കുകളെയും ഞങ്ങൾക്കിടയിൽ കാണാമായിരുന്നു.

ഒരു സായംസന്ധ്യ. രഘുവരൻ സായാഹ്ന സവാരിയിലായിരുന്നു. തന്റെ ബോസിന്റെ വീടിനടുത്തു കൂടിയായിരുന്നു, അന്നത്തെ അയാളുടെ നടപ്പുയാത്ര. നടക്കുന്നതിനിടയിൽ രഘുവരൻ ആ വീട്ടിലേക്ക് വെറുതെ ഒന്നു നോക്കി. വീടിനുള്ളിൽ നിന്ന് ആക്രോശത്തിന്റെ ഒരല കാതിൽ വീണതറിഞ്ഞ് അയാൾ ഞെട്ടി. രഘുവരന്റെ കാലുകളുടെ വേഗത കുറഞ്ഞു. അയാളിലെ രഹസ്യ പോലീസ് ഉണർന്നു. വീടിനു മുന്നിലെ

ടാർ റോഡിൽ താളംചവിട്ടി നിന്ന അയാൾ അരണ്ട വെളിച്ചത്തിൽ വല്ലാത്തൊരു കാഴ്ച കണ്ടു. മുറിക്കുള്ളിൽ മല്ലയുദ്ധത്തിൽ ഏർപ്പെട്ടിരിക്കുകയാണ് രണ്ടു മനുഷ്യജീവികൾ. വൃഷഭശബ്ദത്തോടെ ആക്രമണം അഴിച്ചുവിടുന്ന തന്റെ ഹെഡ്ഡങ്ങുന്നും, ലേഡി ഡിങ്കനെപ്പോലെ അയാളോട് ഏറ്റുമുട്ടുന്ന പ്രിയ പത്നിയും. ഒരു നിമിഷം പകച്ചുപോയ രഘുവരൻ, കണ്ണുകൾക്കു വിരുന്നായ ആ അപൂർവ്വ ദൃശ്യം മൊബൈലിൽ പകർത്തി.

'യുറേക്കാ, യുറേക്കാ' -

ആർക്കമെഡിസിനെപ്പോലെ രഘുവരൻ തുള്ളിച്ചാടി.

'അവരുടെ കോണാട്ട് പ്ലേയ്സിലെ ഒരു മാതൃകാദാമ്പത്യം'-

അയാൾ മനസിൽ പറഞ്ഞു.

തന്റെ പ്രിയസുഹൃത്തായ ഒരു സഹപ്രവർത്തകയോടു മാത്രം ഈ ഭീകര രഹസ്യം പിറ്റേ ദിവസം അയാൾ പങ്കുവെച്ചു.

"ഇനിയും പറയൂ, ഇതിലും മനോഹരമായ നുണകൾ."

ഹെഡിന്റെ ആരാധികയായിരുന്ന അവൾ ആ വാർത്ത തൊണ്ട തൊടാതെ വിഴുങ്ങാൻ കൂട്ടാക്കിയില്ല. ഒരു നിറകൺ ചിരിയോടെ രഘുവരൻ തന്റെ മൊബൈൽ ഫോൺ പുറത്തെടുത്തു. കാഴ്ചയുടെ അശാന്തിയിൽ മനസിടിഞ്ഞ അവൾ മാധ്യമ ജിമിക്കിയുടെ വഴക്കത്തോടെ ഇംഗ്ലീഷിൽ ഓരിയിട്ടു-

"വൌ."

"കുമ്പസാര രഹസ്യം പോലെ ഇത് സൂക്ഷിക്കണം."

രഘുവരൻ അവളുടെ ഉറപ്പു വാങ്ങി.

തന്റെ ആത്മസുഹൃത്തായ മറ്റൊരു സഹപ്രവർത്തകന് ഈ ചൂടു വാർത്ത ഗോപ്യമായി കൈമാറുമ്പോൾ അവളും ഇതേ ഉറപ്പ് വാങ്ങി. ആ മറ്റൊരുവൻ അയാളുടെ പ്രാണപ്രേയസിക്ക് ഈ വാർത്ത രഹസ്യമായി പകർന്നു നൽകുമ്പോഴും ഉറപ്പു വാങ്ങാൻ മറന്നില്ല-

"അരമന രഹസ്യമാണ്. അങ്ങാടിപ്പാട്ട് ആക്കരുത്."

ആ പ്രാണപ്രേയസി ഓഫീസിൽ നവാഗതയായിരുന്നു. രാഷ്ട്രീയത്തിൽ ഇറങ്ങുന്നതു പോലെ, സിനിമയിൽ കയറുന്നതു പോലെ, പ്രത്യാശയോടെ ജോലിയിൽ പ്രവേശിച്ച ഒരുവൾ. ഈ വാർത്ത ബ്രാഞ്ച് ഹെഡിന്റെ കാതിലെത്തിച്ച ആ പെൺകുട്ടി മാത്രം ആരുടേയും യാതൊരുറപ്പും വാങ്ങിയില്ല. ബോസിന്റെ ചാരവനിതയായി അവൾ സ്വയം അവരോധിച്ചു. മേലുദ്യോഗസ്ഥന്റെ സേവ പിടുത്തം ഉന്നമിട്ടിറങ്ങിയ അവൾക്ക് അപ്പോൾ പ്രൊബേഷൻ കാലമായിരുന്നു. സർക്കാർ ജീവിതം ചിത്രശലഭ

മാകുന്ന കൊക്കൂൺ കാലമാണ് പ്രൊബേഷൻ ദിനങ്ങൾ. വർണ്ണച്ചിറകുകൾ വിടർത്തി പറന്നിറങ്ങാൻ ഉപജാപങ്ങളും ഇത്തരം വാർത്തകളുടെ വിനിമയവും ഉതകുമെന്ന് അവൾ കൃത്യതയോടെ കണക്കു കൂട്ടി.

ഗാർഹിക പീഡനം പുറത്തായതറിഞ്ഞ ബോസ് ഇരുട്ടടി കിട്ടിയ മട്ടിൽ തരിച്ചിരുന്നു. രഘുവരനെ വിരട്ടലും ശാസിക്കലുമൊന്നും ഹിതകരമാവില്ല - അയാൾ ചിന്തിച്ചു. മലർന്നു കിടന്ന് തുപ്പുന്നതിനു തുല്യമാണത്. വാർത്ത അറിയാത്തവർ പോലും അത് അറിയാനേ ഇത്തരം നടപടികൾ ഉപകരിക്കൂ. വായകൊണ്ട് വിതച്ച് ചെവികൊണ്ട് കൊയ്യുന്ന പരിപാടിക്ക് താനായിട്ട് വളം ഇടരുത്. അവസരം ഒത്തുവരട്ടെ - കാത്തിരിക്കാം. മേലുദ്യോഗസ്ഥന്റെ കരാളഹസ്തങ്ങളിൽ നിന്ന് ഇന്നേവരെ ഒരു കീഴുദ്യോഗസ്ഥനും രക്ഷപ്പെട്ട ചരിത്രമില്ല - ഹെഡ് പല്ല് ഞെരിച്ചു.

അങ്ങനെ ഒത്തുവന്നതാണ് ഈ സുവർണ്ണാവസരം. പൂക്കളം സാക്ഷാത്കരിക്കുന്നവൻ ഓഫീസിലെ ഗ്ലാമർ താരമാണ്. ഇത്തവണ രഘുവരൻ ഓണപ്പൂക്കളമൊരുക്കി ബാഹുബലിയായി വിരാജിക്കുന്നത് ഒന്നു കാണണം. സ്വന്തം കഞ്ഞിയിലിടാനുള്ള പാറ്റയെ ഉടുമുണ്ടിന്റെ കോന്തലയിൽ കെട്ടി നടക്കുന്നവനാണ് താനെന്ന് തിരിച്ചറിഞ്ഞ് അയാൾ പശ്ചാത്തപിക്കണം. മേധാവിയുടെ തലമണ്ടയിൽ കയറി ചവിട്ടുനാടകം നടത്തുന്നത് നല്ലതിനല്ലെന്ന് ഇനിയെങ്കിലും അയാൾ തിരിച്ചറിയണം. ഏതെങ്കിലും കുരുട്ടുന്യായം കണ്ടെത്തി രഘുവരനെ തന്റെ ബ്രാഞ്ചിൽ നിന്ന് പുകച്ച് പുറത്തു ചാടിക്കണമെന്നും ബോസ് തീരുമാനിച്ചു.

'അറിയാത്ത പിള്ള ചൊറിയുമ്പോൾ അറിയും'-

ബ്രാഞ്ച് ഹെഡ് അണപ്പല്ല് ഞവറി.

"കഴിഞ്ഞ തവണത്തെ പൂക്കളത്തെപ്പറ്റി കാണികൾക്കിടയിൽ രണ്ട് അഭിപ്രായമുണ്ടായിരുന്നു."

ഓണപ്പരിപാടിയുടെ ചർച്ച നടക്കുന്നതിനിടയിൽ ഹെഡ് പറഞ്ഞു. സഹപ്രവർത്തകരായ ശ്രോതാക്കൾ നിശബ്ദരായി.

"പൂക്കളം പ്രതീക്ഷയ്ക്കൊത്ത് ഉയർന്നില്ല എന്നതായിരുന്നു, ഒരു അഭിപ്രായം."

ബോസ് അർദ്ധോക്തിയിൽ നിർത്തി.

'ഭാഗ്യം, മറ്റൊരഭിപ്രായമുള്ള കൂട്ടരും ഉണ്ടല്ലോ-'

രഘുവരന്റെ പൂക്കളത്തെ പ്രശംസിച്ചവർ ആശ്വസിച്ചു.

"രണ്ടാമത്തെ അഭിപ്രായം?" -

ജിജ്ഞാസികളാരോ തിരക്കി.

“തീരെ മോശമായിരുന്നു എന്നതാണ് ആ അഭിപ്രായം.”

ബോസ് നൈസായി പറഞ്ഞു.

രഘുവരന് കാര്യം തിരിഞ്ഞു. മറ്റുള്ളവർ നട്ടം തിരിഞ്ഞു.

കടലിലെ മത്സ്യത്തിന് തൊണ്ട വരളുന്നു എന്നു പറയുന്നതുപോലെ അസംബന്ധമാണ് ബോസിന്റെ പ്രസ്താവന എന്നുമാത്രം സഹപ്രവർത്തകർ അറിഞ്ഞു.

ഉച്ചരിച്ച വാക്കുകളുടെ തടവറയിലാണ് താനെന്ന് ഖേദത്തോടെ രഘുവരൻ മനസിലാക്കി. എങ്കിലും അവസര വിരുത് പുറത്തെടുത്ത് ചിരിക്കാൻ പണിപ്പെട്ട് അയാൾ ചമ്മൽ മറച്ചുനിന്നു.

ജിന്മേഷിന്റെ പൂക്കളം കാണെക്കാണെ തിടം വെച്ചു വന്നു.

പൂക്കള ശില്പി ഇത്തവണയും രഘുവരനാണെന്നു കരുതി വന്ന അന്യബ്രാഞ്ചുകാരായ സുഹൃത്തുക്കൾ ജിന്മേഷിനു നേരെ സംശയക്കണ്ണെറിഞ്ഞു.

ക്യാ ഹുവാ?

“പുക വെച്ചതല്ല പഴുത്തത്.”

പക്വമായൊരു പ്രതികരണം അന്തരീക്ഷത്തിൽ മുഴങ്ങി.

നെടുകെ ഛേദിച്ച പാവക്കയുടെ രൂപത്തിലുള്ള കേരള മാതൃകയാണ് പൂക്കളത്തിനായി തിരഞ്ഞെടുക്കപ്പെട്ടത്. മലയിൽ തലയും കടലിൽ കാലും വെച്ച് നീണ്ടുനിവർന്ന നട്ടെല്ലോടെ ശയിക്കുന്ന മലയാളനാടിന്റെ തത്സ്വരൂപം. നമ്മുടെ ഉപഭൂഖണ്ഡത്തിന്റെ കീഴറ്റത്തുള്ള ഈ ദേശത്തിലെ എല്ലാ ജില്ലകൾക്കും വർണ്ണപ്പൂക്കൾ കൊണ്ട് വെവ്വേറെ നിറങ്ങൾ നൽകിയാൽ ഗംഭീരമായിരിക്കുമെന്ന ആശയത്തിന് മൊത്തത്തിൽ സ്വീകാര്യത ലഭിച്ചു.

“അല്പംകൂടി ആഞ്ഞ് മഴു എറിയാൻ പരശുരാമന് അന്ന് തോന്നിയിരുന്നെങ്കിൽ നമ്മുടെ ഇന്നത്തെ പൂക്കളത്തിന്റെ ഷെയ്പ് മാറിയേനേ.”

ആരോ അഭിപ്രായപ്പെട്ടു.

“നിറങ്ങൾ എല്ലാം പേറ്റന്റ് ചെയ്യപ്പെട്ടിരിക്കുകയാണ്. പൂക്കൾ കൊണ്ട് ജില്ലകൾക്ക് നിറം നൽകുന്നവർക്ക് സെൻസ് വേണം, സെൻസിബിലിറ്റി വേണം, സെൻസിറ്റിവിറ്റി വേണം.”

കൂമ്പാരമായിക്കിടക്കുന്ന പലവർണ്ണ പൂക്കളിൽ കണ്ണ്നട്ട് ഒരു ഓഫീസർ മുന്നറിയിപ്പു നൽകി.

പൂവൊരുക്കൽ മഹാമഹം ഒരു ഭാഗത്ത് നടക്കുകയാണ്. തൊട്ടടുത്ത്,

മടക്കാവുന്ന ചെറിയ ഇരുമ്പുകസേരയിൽ തടിമാടനായ ബ്രാഞ്ച് ഹെഡ് നാട്ടുകോട്ട ചെട്ടിയെപ്പോലെ നിറഞ്ഞ് കവിഞ്ഞ് ഇരിക്കുന്നുണ്ട്. തമ്പിനുള്ളിലെ ഇരിപ്പിടത്തിൽ, കാണികൾക്കു മുന്നിൽ ചുളുങ്ങിക്കൂടി യിരിക്കുന്ന സർക്കസ് ആനയുടെ രൂപം രഘുവരന്റെ മനസിൽ ഒരു നിമിഷം മിന്നിമറഞ്ഞു.

പുല്ല് തിന്നുന്ന പയ്യിന്റെ മട്ടിൽ അലസമായി പൂവിതളുകൾ വേർപെടുത്തുന്ന ഒരു ഉദ്യോഗസ്ഥ, ഹെഡിനെ നോക്കി വശ്യമായി പുഞ്ചിരിച്ചു. ബോസ് തെല്ലൊന്ന് ചൂളി. ഇത് പരിഹാസച്ചിരിയാണോ? അടിപിടിക്കഥ ഇവളും അറിഞ്ഞു കാണുമോ? ബിംബത്തിന്റെ രഹസ്യ പരാജയത്തിൽ ഖിന്നനായി, സന്തോഷം അടർന്നുവീണ മുഖവുമായി ഹെഡ് ഇരുമ്പുകസേരയിൽ വല്ലായ്മപ്പെട്ടിരുന്നു.

ബ്രാഞ്ച് ഹെഡിന്റെ മുഖത്തെ ഭാവങ്ങൾ വിവർത്തനം ചെയ്ത രഘുവരൻ ഒരു തീരുമാനത്തിലെത്തി. അടുത്തൊരു ശുഭമുഹൂർത്ത ത്തിൽ ഈ ബ്രാഞ്ചിൽനിന്ന് തടിയെടുക്കണം. അത്താഴം മുടക്കാൻ ശേഷിയുള്ള നീർക്കോലികളാണ് അധികാര ചൂഢാമണി ശിരസിലേറ്റിയ ബ്രാഞ്ച് ഹെഡുമാർ. കഴിഞ്ഞ വർഷം ഉത്തരക്കടലാസ് നഷ്ടമായ കേസ് അന്വേഷണത്തിനായി ഏൽപ്പിച്ച കാര്യവും അതിൽനിന്ന് ഊരിപ്പോകാൻ തന്റെ സുഹൃത്ത് പെടാപ്പാട് പെട്ടതും രഘുവരൻ ഓർത്തു. 'മുതലപ്പുഴ നീന്തിക്കടന്നവന്റെ ആശ്വാസം'- സുഹൃത്തിന്റെ അന്നത്തെ വാക്കുകൾ അയാൾ ഓർത്തു. ഉന്തിന്റെയൊപ്പം ഒരു തള്ള് കൂടി എന്ന മട്ടിൽ ഹെഡിന്റെ പ്രതികൂല പരാമർശവും അന്വേഷണത്തിന്റെ ഗതി തിരിച്ചു വിടാൻ ഇടയാക്കിയെന്ന് സുഹൃത്ത് പറഞ്ഞത് അയാൾ ഓർത്തെടുത്തു.

"പൂവിനു നോവത്തൊന്നുമില്ല. ശഠേന്ന് പണിതീർക്കാൻ നോക്ക്. ചത്താലുമില്ലെങ്കിലും വെള്ളിയാഴ്ച ശവമടക്ക് എന്ന് പറഞ്ഞതു പോലെ, തീർന്നാലുമില്ലെങ്കിലും 10.30ന് പൂക്കളത്തിന്റെ പണി നിർത്തണം. ഓഫീസ് സമയത്ത് ഇത്തരം പ്രവൃത്തികൾക്ക് സർക്കാരിന്റെ വിലക്കുണ്ട് എന്ന കാര്യം മറക്കരുത്."

ഉപമേധാവി ശബ്ദമുയർത്തി. കിണ്ണനേക്കാൾ മിനുപ്പുള്ള തന്റെ കഷണ്ടിയിൽ പൊടിഞ്ഞുവന്ന സ്വേദകണങ്ങൾ തുടച്ചെടുത്ത്, അയാൾ ബ്രാഞ്ചിലൊന്നാകെ വിഹഗവീക്ഷണം നടത്തി.

പരജോഡി കണ്ണുകൾ ക്ലോക്കിലേക്കു നീണ്ടു.

ക്ലോക്കിലെ സൂചികൾ വിജയചിഹ്നം പോലെ നിലകൊണ്ടു. സമയം 10.10. വായുഗുളിക വാങ്ങാൻ പോകുന്നവന്റെ വെപ്രാളത്തോടെ പലരും പുഷ്പാലങ്കാരങ്ങളിൽ തകൃതിയായി മുഴുകി. ലാടവൈദ്യൻ ഒറ്റമൂലിയെ

വർണ്ണിക്കുന്നതു പോലെ, പൂക്കളത്തെപ്പറ്റി പരത്തിപ്പറയുകയായിരുന്ന പലരും പെട്ടെന്ന് നിശബ്ദരായി.

"തച്ചൻ തച്ചില്ല, തച്ചുളി പാഞ്ഞില്ല, എന്നിട്ടും ഇജ്ജാതി പത്തായം ഉണ്ടായി."

ഉപമേധാവിയുടെ ആജ്ഞ ഇഷ്ടമാകാതിരുന്ന ആരോ ഒരാൾ അയാളുടെ കുടവയർ ഉന്നംവെച്ച് പതുക്കെ പാടി. ഇതു കേട്ട ഉപമേധാവി തന്റെ ഊത്തവയർ ഉള്ളിലേക്ക് ബലമായി ചുരുക്കിപ്പിടിക്കാൻ കിണഞ്ഞു ശ്രമിച്ചു. ശ്വാസംവിട്ടാൽ വയറു ചാടും, വിട്ടില്ലെങ്കിൽ ശ്വാസംമുട്ടി മരിക്കും എന്ന സന്നിഗ്ദാവസ്ഥയിൽ അയാൾ എരിപൊരി സഞ്ചാരം പൂണ്ട് വിളറിനിന്നു.

"കരോട്ടോട്ട് കേറിപ്പോയവരെ ഒന്ന് വിളിച്ചോണ്ടു വരാവോ, എന്റെ പൊന്നേ. എന്തു കുന്തപ്പനാണ്ടിയാ അവരവിടെ ചെയ്തോണ്ടിരിക്കുന്നത്?"

മദ്ധ്യതിരുവിതാംകൂർ സംഭാഷണ ശകലം എവിടെയോ ഉയർന്നുകേട്ടു.

"അതാ, രണ്ടുപേർ ചുമ്മാ നുണയും കൊതിയും പറഞ്ഞിരിക്കുന്നു. വെറുതെയിരിക്കാതെ ഒരു കൈ സഹായിക്കാൻ അവരോടു പറഞ്ഞുകൂടേ?"

ആരോ ഒരാൾ ധാർമികരോഷം കൊണ്ടു.

അല്പമകലെ രണ്ട് ഓഫീസർമാർ ടിന്റുമോൻ തമാശ പങ്കുവെച്ച് ദീർഘനേരച്ചിരിയിൽ മുഴുകിയിരിക്കുകയായിരുന്നു.

"ഉയരങ്ങളിലെത്തിയാൽ വെറുതെയിരിക്കാം. കാക്കയുടെയും മുയലിന്റെയും കഥ സ്കൂളിൽ പഠിച്ചിട്ടില്ലേ? മരക്കൊമ്പിൽ വെറുതെയിരിക്കുന്ന കാക്കയെക്കണ്ട് വെറി മൂത്ത മുയൽ സ്വയംമറന്ന് മരച്ചുവട്ടിൽ ചടഞ്ഞിരുന്നതും അതുവഴി വന്ന പുലിയുടെ പിടിയിലകപ്പെട്ടതുമായ കഥ?"

ഇളംമീശക്കാരനായ ജീവനക്കാരന്റെ ഫലിതം കേട്ട് അവിടെയൊരു ചിരിയലയിളകി.

പാവംപിടിച്ചൊരു ഭാവത്തോടെ ഒരു പെൺകുട്ടി ഓഫീസ് വരാന്തയിൽ പകച്ച് നിൽക്കുന്നത് ഞാൻ കണ്ടു. ഓണാഘോഷത്തിനിടയിൽ അകത്തേക്കു കടന്നു വരാമോ എന്ന ആശങ്ക അവളുടെ നിറം കുറഞ്ഞ മുഖത്ത് അലതല്ലുന്നുണ്ടായിരുന്നു. ആഹ്ലാദങ്ങൾക്കിടയിൽ മതിലായി വന്നു നിന്നവളാണ് താൻ എന്ന ചിന്ത, ഗ്രാമത്തിന്റെ നിഴലുകൾ വീണുകിടക്കുന്ന ആ മുഖത്ത് അങ്കുരിച്ചിരുന്നു. കണ്ണുകൾ കൊണ്ട് ആ

കുട്ടിയെ സ്വാഗതം ചെയ്യുന്നതിനിടയിൽ ഒരു ശബ്ദം കേട്ടു -

"സാർ- പായസം."

മുന്നിൽ പായസക്കപ്പു നീട്ടി നിൽക്കുകയാണ്, വിപിൻ. അൾത്താര ബാലന്റെ മുഖമുള്ള അവൻ നിറഞ്ഞ സന്തോഷത്തിലാണ്. തൊട്ടടുത്ത കെട്ടിടത്തിൽ ജോലി ചെയ്യുന്ന ഒരു സുന്ദരിക്കുട്ടിയുമായി അവന്റെ വിവാഹം തീരുമാനിച്ചിരിക്കുകയാണ്. ഓണം കഴിഞ്ഞാൽ വിവാഹമാണ്. എല്ലാവർക്കും പായസം നൽകി നടന്നു നീങ്ങിയ വിപിൻ ആ പെൺ കുട്ടിക്കും പായസക്കപ്പു നൽകുന്നത് കൺകോണിലൂടെ കാണാൻ കഴിഞ്ഞു. മധുരം നുണയുന്ന ജീവനക്കാർക്കിടയിലൂടെ, ഉത്സവാന്തരീ ക്ഷമുള്ള ഓഫീസിനകത്തേക്ക് ആ പെൺകുട്ടി നടന്നടുക്കുന്നത് ഞാൻ കണ്ടു.

"ഗോപാലകഷായത്തിന്റെ രുചിയാണ്, ഈ പായസത്തിന്."

ഒരു പെൺശബ്ദം കേട്ടു.

"കഷ്ടപ്പെട്ട്, ബുദ്ധിമുട്ടി പായസം ഉണ്ടാക്കിക്കൊണ്ടു വന്നിട്ട്, കഷായത്തിന്റെ രുചി എന്ന് പറഞ്ഞ് പരിഹസിക്കുന്നത് കഷ്ടമാണ്, കെട്ടോ."

മധുര ദായികയുടെ ദീനസ്വരം ഉയർന്നു.

"ഗോപാലകഷായമെന്നത് ഞങ്ങളുടെ നാട്ടിലെ ശ്രീകൃഷ്ണ ക്ഷേത്ര ത്തിലെ പാൽപ്പായസത്തിന്റെ പര്യായമാണ്."

അമ്പലപ്പുഴക്കാരിയായ ജീവനക്കാരി മറുപടി നൽകി.

അവിടെയൊരു ചിരിപ്പൂരം അരങ്ങേറി.

എല്ലാവരും ചിരിച്ചു മറിഞ്ഞു.

ഓണസദ്യയ്ക്കുള്ള ചുമതലയേറ്റെടുത്ത സഹപ്രവർത്തകന്റെ ഗിരി പ്രഭാഷണം ഉയർന്നു കേട്ടു-

"ഞാലിപ്പൂവൻ വാഴയുടെ തൂശനിലയിൽ, തുമ്പത്തു തുടങ്ങി പഴം, ഉപ്പേരി, ശർക്കര വരട്ടി, ആനച്ചുവടൻ പപ്പടം, അച്ചാർ, കിച്ചടി, പച്ചടി, ഓലൻ, തോരൻ, കൂട്ടുകറി, അവിയൽ- ഒപ്പം അടപ്രഥമനും നെയ്പ്പായസവും. ഓണസദ്യ നമുക്ക് ഇന്ന് പൊടിപൊടിക്കണം."

തൊട്ടടുത്തുനിന്ന് ഒരു തേങ്ങൽ കേട്ടു. ആ പെൺകുട്ടിയാണ്. ഞാൻ ഒന്നു ഞെട്ടി. എന്തിനാണവൾ കരയുന്നത്? പച്ചവിറകിനു തീ പിടിച്ചതു പോലെ നീറി നീറി കത്തുകയാണവൾ. പുൽപ്പരപ്പിലെ പാമ്പ് കണക്കെ ഏതോ ആശങ്ക ഇടയ്ക്കിടെ മനസിൽ തല പൊക്കാൻ തുടങ്ങിയത് ഞാനറിഞ്ഞു. ആ കുട്ടിയേയും കൂട്ടി ക്യാബിനുനേരെ നടക്കുന്നതിനിട

യിൽ ചില ചടുലവിശകലനങ്ങൾ ഉള്ളിന്റെയുള്ളിൽ നടക്കുന്നുണ്ടായിരുന്നു -

ഏറെനേരം കാത്തുനിന്നതിന്റെ ഈർഷ്യയാണോ ഗദ്ഗദമായി പുറത്തു വന്നത്? സാദ്ധ്യതയില്ല. സമയം 10.30 ആവുന്നതേയുള്ളു.

പലനാൾ ഓഫീസ് പടികൾ കയറിയിറങ്ങിയതിന്റെ പ്രതിഫലനമാണോ ഈ കണ്ണീർക്കണങ്ങൾ? ആവാനിടയില്ല. ഈ മുഖം ഇവിടെ പരിചിതമേയല്ല.

പായസം നൽകുന്നതിനിടയിൽ വിപിന്റെ ഭാഗത്തുനിന്ന് മോശമായ പെരുമാറ്റം വല്ലതും? ഒരിക്കലുമില്ല. ആ യുവാവ് നന്മ നിറഞ്ഞവനാണ്.

പിന്നെ, ഈ കണ്ണീരിന്റെ അർത്ഥം?

ഞങ്ങൾ ക്യാബിനിലെത്തി. കസേരകളിൽ സ്ഥാനം പിടിച്ചു.

ഉള്ളിലെ ആധിയെ കെടുത്തിക്കളയാനെന്ന മട്ടിൽ വിദൂരതയിൽ ദൃഷ്ടിയൂന്നി അവളിരുന്നു. എന്റെ കണ്ണുകൾ ആ മുഖത്ത് സഞ്ചരിച്ചു. വളരെ മോശമായ ജീവിതാവസ്ഥയിൽ ദിനങ്ങളെ ക്രമീകരിച്ച ഏതോ വീട്ടിൽനിന്നാണ് അവൾ വരുന്നതെന്ന് ഞാൻ ഊഹിച്ചു. ആ പെൺകുട്ടിയുടെ മുഖഭാവത്തിൽ നിന്ന് വസ്തുതകളെ ഞെക്കിപ്പിഴിഞ്ഞെടുക്കാനുള്ള എന്റെ ശ്രമം വ്യഥാവിലായി. മോണോലിസയുടെ മന്ദഹാസം പോലെ തികച്ചും അവ്യാഖ്യേയമായിരുന്നു, ആ മുഖത്തെ ഭാവഹാവാദികൾ.

"ആദ്യമായിട്ടാണോ ഇവിടെ?"

ഞാൻ ചോദിച്ചു.

"അതെ. നടാടെയാണ്"-

അവൾ പറഞ്ഞു.

"എപ്പോഴാണ് എത്തിയത്?"

"ഇപ്പോൾ വന്നതേയുള്ളു, സാർ."

തേങ്ങലടക്കി അവൾ മറുപടി നൽകി.

തുടർന്ന്, ഓരോരോ ചോദ്യങ്ങളിലൂടെ തുറന്നു സംസാരിക്കുവാൻ അവളെ ഞാൻ പ്രോത്സാഹിപ്പിച്ചു കൊണ്ടിരുന്നു. കൈപ്പടം പോലെ ഉള്ളിലേക്കുള്ളിലേക്ക് മുറുകെ ചുരുട്ടിപ്പിടിച്ചിരുന്ന ആ മനസ് ക്രമേണ അനാവൃതമായി. വെളിപ്പെടുത്തേണ്ട കാര്യങ്ങളെ ഉള്ളിലൊന്ന് പാകപ്പെടുത്താൻ അല്പസമയമെടുത്ത് ആ പെൺകുട്ടി തന്റെ ജീവിതം പറയാൻ തുടങ്ങി -

ആനക്കട്ടിയാണ് അവളുടെ നാട്. അച്ഛനും അനുജനും അനുജത്തിയും

അടങ്ങുന്നതാണ് കുടുംബം. വീട് എന്ന് വേണമെങ്കിൽ വിളിക്കാവുന്ന ഒരു കൂരയിലാണ് അവൾ പാർക്കുന്നത്. പഠിക്കാൻ മിടുക്കിയായ അവൾ മൂന്നുവർഷം മുൻപ് ഒന്നാം ക്ലാസോടെ ഡിഗ്രി പാസായി. ജോലിക്കുള്ള അപേക്ഷ അയയ്ക്കലാണ് ഇപ്പോഴത്തെ ജോലി. ഡിഗ്രി സർട്ടിഫിക്കറ്റിനുള്ള അപേക്ഷയുമായി ബന്ധപ്പെട്ടാണ് ഈ വരവ്. നേരം പരപരാ വെളുത്തപ്പോൾ വീട്ടിൽനിന്ന് ഇറങ്ങിയതാണ്.

"അമ്മ-?"

ഞാൻ തിരക്കി.

"ജീവിതം ഒറ്റത്തവണ തീർപ്പാക്കൽ നടത്തി അമ്മ ഈ ഭൂമിവിട്ട് തിരിച്ച് പോയി. ഒതളങ്ങ വിഴുങ്ങിയായിരുന്നു, അന്ത്യം."

അവളുടെ ശബ്ദം പതറി.

ഞാൻ നിശബ്ദനായി കേട്ടിരുന്നു.

"ദാരിദ്ര്യത്തെ മയത്തിൽ കൈകാര്യം ചെയ്തിരുന്നത് അമ്മയാണ്. താൻ വീണാൽ ഒരു വീട് കൂടെ വീണുപോകുമല്ലോ എന്നുകരുതി അമ്മ ഏറെനാൾ പിടിച്ചുനിന്നു. ഒടുവിൽ, ഗർഭപാത്രം ഒട്ടുമുക്കാലും ദ്രവിച്ചു കഴിഞ്ഞെന്ന അറിവിൽ ഹതാശയായി അമ്മ സ്വന്തം ജീവിതവാക്യത്തിന് പൂർണ്ണവിരാമചിഹ്നം ഇട്ടു."

അവർ നിലത്തു നോക്കി നെടുവീർപ്പിട്ടു.

"അച്ഛൻ എന്തു ചെയ്യുന്നു?"

ശബ്ദമടക്കി ഞാൻ ചോദിച്ചു.

"ഒന്നും ചെയ്യുന്നില്ല."-

അവൾ പറഞ്ഞു.

"ഗ്രാമത്തിലെ വരത്തന്റെ പലചരക്കു പീടികയുടെ പര്യമ്പുറത്ത് വാറ്റുചാരായം കുടിച്ച് ബോധം മറിഞ്ഞ് കിടക്കുന്നുണ്ടാവും."

അവളുടെ വാക്കുകളിൽ നിർവ്വികാരത നിഴലിച്ചു.

ഒന്നു നിർത്തി, അവൾ സംസാരം തുടർന്നു-

"കഴിഞ്ഞയാഴ്ച ബ്ലോക്ക് ഓഫീസിൽനിന്നു ലഭിച്ച ആടുകളുമായി നടന്നു വരികയായിരുന്ന അച്ഛനെ വരത്തൻ തന്റെ പീടികയിലേക്ക് ക്ഷണിച്ചു. ആടുകളെ മരയഴിയിൽ കെട്ടി അകത്തു ചെന്ന അച്ഛനെ ആ അധിനിവേശപ്പെരുങ്കാലൻ മനമറിഞ്ഞ് സൽക്കരിച്ചു. യാത്ര തുടരാൻ നേരം ആടിനെയഴിക്കാൻ തുനിഞ്ഞ അച്ഛനോട് അയാൾ പറഞ്ഞു-

"നീ പാൽ കുടിക്കാറില്ല എന്ന് എനിക്കറിയാം. ആട് അവിടെ നിൽക്കട്ടെ.

നിനക്കു കുടിക്കാനുള്ള സാധനം ഇവിടെയുണ്ട്. ആവശ്യമുള്ളപ്പോൾ ഇങ്ങോട്ടു പോന്നാൽ മതി."

"അന്നു മുതൽ ആ വരത്തന്റെ പര്യമ്പുറത്താണ് അച്ഛന്റെ കുടികിടപ്പ്."

പായ്ക്കപ്പലിന്റെ സാങ്കേതികവിദ്യ ഉപയോഗിച്ച്, കാറ്റിന്റെ സഹായത്തോടെ ആടിയുലഞ്ഞ് വീട്ടിലേക്ക് നടന്നടുക്കുന്ന തന്റെ പിതാവിന്റെ ചിത്രം അവളുടെ മനസിൽ തെളിഞ്ഞു വരുന്നത് ഞാനറിഞ്ഞു.

"സഹോദരങ്ങൾ-?"

കനമില്ലാതെ കിടന്ന നിശബ്ദതക്കിടയിൽ ഞാൻ വീണ്ടും ചോദ്യം ഉന്നയിച്ചു.

"കാട്ടിൽ നിന്ന് എന്തോ മോഷ്ടിച്ചുവെന്ന കുറ്റം ചുമത്തി അനുജനെ ഫോറസ്റ്റുകാർ പിടിച്ചു കൊണ്ടുപോയി. അനിയത്തി ഹൈസ്കൂളിൽ പഠിക്കുന്നു."

അവൾ പറഞ്ഞുനിർത്തി.

ജീവിതത്തിലെ വിധി വിളയാട്ടങ്ങളുടെ കഥ മുഴുമിക്കുന്നതിനിടയിൽ, ആ കുട്ടിയുടെ ഔദ്യോഗിക കാര്യം ശരിയാക്കിയതിന്റെ ഉത്തരവ് ഞാനവൾക്കു കൈമാറി.

കണ്ണുകളിൽ നന്ദി നിറച്ച് അവൾ എഴുന്നേൽക്കാൻ തുനിഞ്ഞു.

തീഷ്ണാനുഭവങ്ങളുടെ കിഴുക്കാംതൂക്കിൽ മോഹങ്ങളുടെ കിഴിക്കെട്ടുമായി നിൽക്കുന്ന ഈ പെൺകുട്ടിയെപ്പറ്റി ഒരു കാര്യം മാത്രം അപ്പോഴും അജ്ഞാതമായി അവശേഷിച്ചു.

എന്തിനാണവൾ വിതുമ്പിയത്?

തറച്ചക്രം പോലെ കറങ്ങിക്കറങ്ങി നിന്നിരുന്ന ആ സംശയം ഞാനവളോട് തുറന്നു ചോദിച്ചു.

"അഭ്യസ്ഥവിദ്യയായ ഒരു തൊഴിൽതെണ്ടിയുടെ ഹൃദയവികാരമാണ് സങ്കടത്തടങ്കൽ ഭേദിച്ച് പുറത്തുവന്നത്. ഉത്സവം പൂത്തുനിൽക്കുന്ന ഈ ഓഫീസ് അങ്കണം ദൃഷ്ടിയിൽ പതിയവെ, മനസ് ഒരുനിമിഷം കൈവിട്ടു പോയതാണ്. ജീവിതത്തിലെ ഏറ്റവും വലിയ സ്വപ്നമാണ് സാർ, ഒരു സർക്കാർ ജോലി. എന്റെ ജന്മരേഖയിലൊരിടത്തും ഉദ്യോഗലബ്ധി തെളിയാൻ പോകുന്നില്ല എന്നൊരു നഷ്ടബോധം പൊടുന്നനവെ ബോധസൂചികയിലുണർന്നു പോയി. ഈ ഉദ്യോഗവൃന്ദത്തിന്റെ ആഹ്ലാദത്തിമർപ്പിൽ വീർപ്പുമുട്ടി ഞാനറിയാതെ എന്റെ ദുഃഖം അണപൊട്ടി ഒഴുകിയതാണ്."

അറിവുകളുടെ മൗഢ്യത്തിൽ തളയ്ക്കപ്പെട്ട ഞാൻ വാക്കുകൾക്കായി

പരതി.

"പായസം കഴിച്ചില്ലല്ലോ."

നിറഞ്ഞിരിക്കുന്ന കപ്പ് ചൂണ്ടി ഞാൻ പറഞ്ഞു.

"വേണ്ട സാർ, വെറുംവയറ്റിൽ പായസം ശരിയാവില്ല."

ആ പെൺകുട്ടി എഴുന്നേറ്റ് പുറത്തേക്കു നടന്നു.

ദുഃഖം ഇറ്റിറ്റ് വീഴുന്നതു പോലെ പൊഴിയുന്ന മഴയിലേക്ക് അവൾ കാലടികൾ വെച്ചു.

അപ്പോഴും ഓഫീസിൽ ഓണാഘോഷം പൊടിപൊടിക്കുകയായിരുന്നു.

തൊഴിൽരഹിതനിൽ നിന്ന് ജീവനക്കാരനിലേക്കുള്ള ദൂരം എത്രയധികമാണെന്ന് ഓർത്ത് വേപഥു പൂണ്ട് മേശക്കരികിൽ ഞാൻ നിശ്ചേഷ്ടനായി നിന്നു.

❖❖

കീറാമുട്ടി

കീറാമുട്ടി

"ഉയരം കൂടുന്തോറും ചായയുടെ രുചി കൂടുമെന്ന് പരസ്യത്തിൽ പറയുന്നത് തികച്ചും ശരിയാണ്."

ചായക്കോപ്പയിൽ കണ്ണട വട്ടത്തിൽ കാഴ്ചകൊളുത്തി ശശി പറഞ്ഞു.

അമീബയുടെ ആകൃതിയുള്ള പക്കാവടക്കഷണങ്ങൾ അന്നനാളത്തിലേക്ക് ചെലുത്തുകയായിരുന്നു, അയാൾ.

ഓഫീസ് പ്രാന്തങ്ങളിലും തീനിടങ്ങളിലും എന്നെ ഒട്ടിക്കൂടിയ അടിമക്കണ്ണാണ് ശശി. കുനുഷ്ടു വർത്തമാനങ്ങളുടെ അപ്പോസ്തലൻ എന്ന ഖ്യാതി അയാൾ ശിരസാവഹിച്ചിരുന്നു. ശശിയുടെ സൗഹൃദങ്ങൾ മിക്കതും, പാകമാകാത്ത മോതിരംപോലെ ഊരി പോവുകയായിരുന്നു.

'സംസാര സാഗരത്തിൽ മുങ്ങിപ്പോയ ബാന്ധവങ്ങൾ'.

സ്വയം അപഹസിക്കാൻ ശശി ഉപയോഗിച്ചിരുന്ന വാചകം.

ശശിയുടെ നിറവായിൽ നിന്നു തെറിച്ചുവീണ വാക്കുകൾ ഉല്പാദിപ്പിക്കുന്ന അർത്ഥം എനിക്ക് മനസിലായില്ല. പിടികിട്ടായ്മയിൽ ആയം ചവിട്ടി അന്തംവിട്ട് ഞാൻ ഇരുന്നു. പായലിനോടും പൂപ്പലിനോടും വിട പറയാൻ മടിച്ചുനിന്ന ചായക്കടഭിത്തിയിൽ കണ്ണുനട്ട് ഞാൻ മൗനിബാബയായി. സമയത്തിന്റെ വൃത്തരൂപമായ ക്ലോക്ക് മോടി കുറഞ്ഞ ഭിത്തിയിലിരുന്ന് മണി 4 എന്നു വെളിപ്പെടുത്തി. ചായക്കോപ്പയിൽ കൊടുങ്കാറ്റിനു പകരം പാൽപാട ദർശിച്ച് വിമൂകനായി ഇരുന്ന എന്നോട് അയാൾ പറഞ്ഞു-

"അത്രയധികം കൂലംകഷിക്കേണ്ട. ഈ ചായപ്പീടികയുടെ ഭൗമസ്ഥാനം സമുദ്രനിരപ്പിൽ നിന്ന് വളരെയൊന്നും ഉയരെയല്ല. അതാണ് നാലുമണിച്ചായക്ക് ഓഞ്ഞ രുചി."

ശശിയുടെ തേറ്റാപ്പല്ലുകൾ നേർത്തൊരു ചിരിയിലേക്കു തുറന്നു. പല്ലുകളിലൊട്ടിയ പക്കാവടശകലങ്ങൾ ആ ചിരിയിൽ പങ്കുചേർന്നു. ഒരു ചേതമില്ലാച്ചിരി ഞാനും പാസ്സാക്കി. ബില്ലു കൊടുക്കേണ്ടവനെ ചുമ്മാ മുഷിപ്പിക്കുന്നതെന്തിന്?

ചായക്കട മുതലാളിയുടെ മേശപ്പുറത്തെ ടെലിവിഷനിൽ പ്രത്യക്ഷപ്പെട്ട പെണ്ണ് വ്യായാമത്തിന്റെ മഹത്വം വിളമ്പുകയായിരുന്നു. ടി.വി. പെട്ടിയുടെ നാടയിലൂടെ എഴുതിയോടിക്കുന്ന വാർത്തകളും വ്യായാമ സംബന്ധികളായിരുന്നു. മസിലിന്റെ തുളുമ്പലുകൾ പെരുപ്പിച്ചുകാട്ടി നിൽക്കുന്ന യുവകോമളന്റെ രൂപം ടി.വി.യിൽ തെളിഞ്ഞു. ചതുരപ്പെട്ടിയിലെ മോന്ത മിനുക്കിയ പെണ്ണ് കൊങ്കിണി മലയാളത്തിൽ സംസാരം തുടർന്നു. മടിയിലേക്ക് ഊർന്നിറങ്ങുന്ന സ്വന്തം വയറിനെ ബലമായി അകത്തേക്ക് വലിച്ച് ശശി അഭിപ്രായപ്പെട്ടു-

"മലയാളന് പ്രത്യേകിച്ചൊരു വ്യായാമം വേണമെന്നില്ല. നിഗമനങ്ങളിലേക്ക് എടുത്തു ചാടിയും, യാഥാർത്ഥ്യങ്ങളിൽ നിന്ന് ഒളിച്ചോടിയും, വസ്തുതകളെ വളച്ചൊടിച്ചും, നിയമങ്ങളെ ചവിട്ടിമെതിച്ചും അവൻ നിരന്തരം കസർത്തുകളിൽ ഏർപ്പെട്ടിരിക്കുകയാണ്. എന്നിട്ടു പോലും മേനിയുടെ മദ്ദളാകാരത്തിന്റെ കാരണം, തൊണ്ട തൊടാതെ വിഴുങ്ങുന്ന സ്വന്തം വാക്കുകൾ ദഹിക്കുന്നില്ല എന്നതാണ്."

പൈദാഹങ്ങളടങ്ങിയ ശശി വർത്തമാനച്ചരടിൽ എന്നെ കോർത്തിട്ടു. ലൗഡ് സ്പീക്കർ സിനിമയിലെ മൈക്കിനെപ്പോലെ, അയാൾ ഉറക്കെയുറക്കെ വാക്കുകൾ വർഷിച്ചു. ശശിക്കുള്ള ഉരുളക്കുപ്പേരി പരതുന്നതിനിടയിൽ കൈഫോൺ ചിലച്ചു. ഫോൺ മുഖത്തേക്ക് ഒരു കോൾ പാറി വന്നു - ഓഫീസിൽ നിന്നുള്ള ഒരു കോൾ.

"സാർ ഉടനെ വരണം. രണ്ടുപേർ കാത്തുനിൽക്കുന്നു."

ചായയ്ക്കു ശേഷം നടക്കാൻ ദേഹസന്നദ്ധനായിരുന്ന ഞാൻ നൊടിയിടയിൽ പത്തരമാറ്റ് അവസരവാദിയായി.

"നമുക്ക് ഓട്ടോയ്ക്കു പോകാം."-

ഞാൻ അഭിപ്രായപ്പെട്ടു.

വ്യായാമത്തെ തള്ളിപ്പറഞ്ഞ തന്നെ കാലുവാരി നിലത്തടിച്ചെന്ന തോന്നൽ ശശിയിൽ നിറഞ്ഞു. സ്വർഗ്ഗത്തിലെ ഒളിപ്പോരാളിയെപ്പോലെ അയാൾ എന്നെ നോക്കി. തുടർന്ന് ശശി ആജ്ഞാനുവർത്തിയായി. തന്റെ വലിയ ശരീരം ഒടിച്ചുമടക്കി അയാൾ ഓട്ടോറിക്ഷയിൽ തിരുകിക്കയറ്റി. ഉടൽക്കനം വണ്ടിയിൽ കുലുക്കിക്കൊള്ളിക്കുന്നതിനിടയിൽ ശശി ഡ്രൈവറോടു പറഞ്ഞു-

"എൻക്വയറി ഓഫീസ്."

മുഖ്യ കമാനത്തിനടുത്ത് വണ്ടിയെത്തിയ നേരം നിലവിളി ശബ്ദമിട്ട ആംബുലൻസ് വടക്കുദിശയിൽ നിന്ന് കുതിച്ചുവന്നു. ഹരിതമഴിച്ചു വെച്ച ഒരു മരത്തിനു സമീപം മുച്ചക്രവാഹനം ദേഹമൊതുക്കി നിന്നു. ക്ഷിപ്ര

വേഗ വാഹനത്തിനുള്ളിൽ കോറത്തുണി പിഞ്ഞിയതുപോലെ ഒരു വൃദ്ധൻ കിടന്നിരുന്നു. പേയുറുഞ്ചിയ മുഖവുമായി രണ്ടു മനുഷ്യർ ആംബുലൻസിനുള്ളിൽ കാണപ്പെട്ടു. അന്ത്യവിധിയുടെ എഴുത്തടയാളം വൃദ്ധശരീരത്ത് ഉദിക്കുന്നതു ഭയന്ന് അവർ ചകിതരായി ഇരുന്നു.

"മേത്തരം യന്ത്രസജ്ജീകരണങ്ങളുള്ള ആസ്പത്രികളെ ലാക്കാക്കിയുള്ള കുതിച്ചു പാച്ചിലിനിടയിൽ, വഴിനീളെ കെട്ടിയുയർത്തിയ ആരാധനാലയങ്ങളിൽ ശരണാർത്ഥിയാകാൻ ഒരുത്തനും സമയം കളയാറില്ല. മരണത്തിന്റെ കാരണം കാണിക്കൽ നോട്ടീസിന് തൃപ്തികരമായ മറുപടി നല്കുവാനായാൽ, ദൈവം കാത്തു എന്ന നന്ദിവാചകവുമായി പ്രാർത്ഥനാലയങ്ങളിലെമ്പാടും നേർച്ചയിട്ടു കൊണ്ടുള്ള മടക്കയാത്ര."

ശശിയിലെ വിടുവായൻ ഉണർന്നു. കയ്യും കലാശവും കാട്ടി അയാൾ ഒച്ചയിട്ടു.

"ദൈവദോഷം പറഞ്ഞാൽ നരകത്തിൽ പോകും."

നിഷേധ വർത്തമാനത്തിന്റെ കടയ്ക്കൽ താക്കീതിന്റെ വാൾ ഞാൻ ആഞ്ഞുവീശി.

ഓഫീസ്മുറ്റത്ത് ഓട്ടോ വന്നുനിന്നു. താറാവ് കുളത്തിലേക്കെന്നതുപോലെ ഓഫീസിനുള്ളിലേക്ക് ഞാൻ നൈസായി ഊളിയിട്ടു. ശശി പോക്കറ്റ് തപ്പി നിന്നു.

ക്യാബിനു പുറത്ത് കസേരയിൽ രണ്ടുപേർ ഇരിക്കുന്നുണ്ടായിരുന്നു. എന്റെ തലവെട്ടം കണ്ടപ്പോൾ അവർ മുന്നോട്ടേക്കു നടന്നടുത്തു.

നിശബ്ദമായ കവിത പോലെ നടന്നടുക്കുന്ന യുവതിയുടെ മുഖത്ത് നനുത്തൊരു വിഷാദം പറ്റിപ്പിടിച്ചു നിന്നിരുന്നു. യുവാവിന്റെ മീശക്ക് കമഴ്ത്തിവെച്ച വള്ളത്തിന്റെ ആകൃതിയായിരുന്നു. ആമയിഴഞ്ചൻ ശൈലിയിൽ മീശക്കാരൻ യുവാവും നടന്നുകൊണ്ടിരുന്നു. കരിഞ്ചായ നിറമുള്ള യുവതി പൂച്ചക്കാൽ നടത്തത്തോടെ എന്റെ സമീപമെത്തി. 'ഞാനുമുണ്ട് കൂടെ' എന്ന മട്ടിൽ കൈതപ്പൂ മണവും അവളോടൊപ്പം എന്റെ സമീപം തമ്പടിച്ചു. ആദരവിന്റെ ഒരല കണ്ണിൽ കൊളുത്തിയ യുവാവ് എന്റെനേരെ കടാക്ഷം ചൊരിഞ്ഞു. മൗനം ഞങ്ങൾക്കിടയിൽ അനാഥപ്പെട്ടു കിടക്കവേ, യുവാവ് മുരടനക്കി-

"സാറിന് ഓർമ്മയില്ലേ, ഞാൻ പ്രവീൺ. വയനാട്ടിലെ-"

ഓർമ്മകളെ റീചാർജ്ജു ചെയ്യുന്ന കോശങ്ങൾ ഉണർന്നു. ലാമിനേറ്റു ചെയ്യപ്പെട്ട ഓർമ്മകൾ ആലോലമിളകി.

B.Ed. കോളേജിലെ ഒരു പരിപാടിക്കിടെ പരിചയപ്പെട്ട പ്രവീൺ സ്മൃതിപഥത്തിലേക്ക് അടിവെച്ചടിവെച്ച് കടന്നുവന്നു. എന്റെ ചുണ്ടിൽ പരിചിതത്വത്തിന്റെ പുഞ്ചിരി മിന്നി മറഞ്ഞു. എന്താണിവിടെ എന്ന ചോദ്യ ഭാവം മുഖത്തുദിച്ചു.

"ഇതു ശാന്തി. എന്റെ ക്ലാസ്മേറ്റാണ്. ശാന്തിക്ക് ചെറിയ ഒരു പ്രശ്നമുണ്ട്."

ശാന്തിയുടെ പ്രശ്നം ഏതോ പൊതിയാത്തേങ്ങയാണെന്ന് ജ്ഞാന ദൃഷ്ടിയുടെ സഹായകൃപയാൽ ഞാൻ ഊഹിച്ചു. നേരം തെറ്റിയ നേരത്ത് ഓഫീസിൽ പാഞ്ഞെത്താൻ തക്കവണ്ണം കഠിനതരമായ ഏതോ ജീവിതപ്പൊള്ളൽ. നിവൃത്തികേടിന്റെ പാതാളക്കുഴി കണ്ടപ്പോഴാവണം, ഇത്തരമൊരു യാത്ര. വേണ്ടാശങ്ക വെടിഞ്ഞ് ഒരു ഭംഗിവാക്ക് ഞാൻ പുറത്തുവിട്ടു -

'ശാന്തി. നല്ല പേര്.'

"ഈ പേര് ഞാനായിട്ട് എടുത്തണിഞ്ഞതല്ല. വിശപ്പിന്റെ കുടലെരിച്ചിലോടെ പട്ടു പോകുന്ന ജനതതിക്കിടയിലാണ് എന്റെ വേരുകൾ. ജീവിതത്തിൽ കടുംകയ്പ് മാത്രം രുചിക്കാൻ വിധിക്കപ്പെട്ട ഗോത്രപരമ്പര. ദൈവം സഹായിച്ച് മുഴുപട്ടിണി മാത്രം മൃഷ്ടാന്നമാക്കിയ മാതാപിതാക്കളിൽ കനംവെച്ചു വിങ്ങിയ അശാന്തിയാവണം ഈ പേരിന്റെ ഉല്പത്തിക്കു പിന്നിൽ. മകൾക്കായി കൈമാറിയ പ്രത്യാശാനാളം പേറുന്ന നാമം."

ചുട്ടുപൊള്ളിക്കുന്ന ആ വാക്കുകളിൽ സങ്കടക്കുന്നുകൾ നിഴലിച്ചു. പാരവശ്യം അനുഭവിക്കുന്ന ഒരു വർഗ്ഗത്തിന്റെ ക്ലേശത ആ വാക്കുകളിൽ വായിച്ചെടുക്കാമായിരുന്നു.

രുചി കുറഞ്ഞ ആ മറുപടിയുടെ വൈക്ലബ്യം പ്രവീണിന്റെ കണ്ണുകളിൽ നിഴലിട്ടു.

'ലേലു അല്ലു, ലേലു അല്ലു'-

അയാൾ മൗനമായി ഉരുവിടുന്നതായി തോന്നി. ഒരു നിമിഷം മുറിഞ്ഞുപോയ സംഭാഷണത്തെ പ്രവീൺ തന്നെ പുനർജീവിപ്പിച്ചു-

"ശാന്തി മാനന്തവാടിയിൽ സ്കൂൾ ടീച്ചറാണ്. താല്ക്കാലിക നിയമനം."

"ഡിഗ്രി പാസ്സാകാത്ത B.Ed. ടീച്ചർ."

സംസാരത്തിൽ ശാന്തിയുടെ ഇടങ്കോൽ വീണു. അവരുടെ വാക്കുകളിൽ വൈരുദ്ധ്യങ്ങളുടെ ശൽക്കങ്ങൾ തെളിഞ്ഞു. പരിണാമ ഗുപ്തി കാത്ത് ഞാൻ നിശബ്ദനായി.

"തെലുങ്കാനയിലെ ഒരു യൂണിവേഴ്സിറ്റിയിൽ നിന്ന് കറസ്പോണ്ടൻസ് വഴിയാണ് ശാന്തി ഡിഗ്രി പാസ്സായത് - ഒന്നാം ക്ലാസോടെ. ഈ യൂണിവേഴ്സിറ്റിയുടെ B.Ed. പ്രവേശനലിസ്റ്റിൽ ശാന്തി രണ്ടാം റാങ്കുകാരിയായിരുന്നു."

"അന്നത്തെ ഒന്നാം റാങ്കുകാരൻ നകുലനായിരുന്നു - എന്റെ കുഞ്ഞിന്റെ അച്ഛൻ."

ശാന്തി നിർവ്വികാരയായി പറഞ്ഞു.

തണുത്തു മരവിച്ചതു പോലൊരു കാറ്റ് ഞങ്ങൾക്കിടയിലൂടെ കടന്നു പോയി.

"ശാന്തിയുടെ നാടൻപാട്ടിലും നൃത്തച്ചുവടുകളിലും മനം മയങ്ങി നകുലൻ ഇവരെ പ്രണയിക്കുകയായിരുന്നു."

പ്രവീൺ ചുണ്ടനക്കി.

"കാളികൂളി നൃത്തമെന്ന് നകുലൻ പിന്നീട് പരിഹസിച്ച അതേ ചുവടുകൾ. ശിവൻ ചണ്ഡാളനായി ഭൂമിയിൽ അവതരിച്ചപ്പോൾ നടനം ചെയ്തതിന്റെ ശിവാംശമുള്ള സ്മരണയാണ് കൂളിയെന്ന് അയാളെ ആരാണ് തെര്യപ്പെടുത്തുക?"

ഒരു നിശ്വാസമുതിർത്ത് ശാന്തി തുടർന്നു-

"ആ വർഷത്തെ ബാച്ച് ഒന്നാകെ ആഘോഷിച്ചാർപ്പിട്ട ഒന്നായിരുന്നു ഞങ്ങൾ തമ്മിലുള്ള പ്രണയം. ഓരോ ശ്വാസത്തിലും സ്ഥിതിസമത്വം ഉദ്ഘോഷിക്കുന്ന കാമുകൻ. തപ്പുതുടി താളങ്ങളുമായി ഒരു കാമുകിയും. 'പന്ത്രണ്ടു വർഷം കാത്തിരുന്നാൽ നീലക്കുറിഞ്ഞി പൂക്കുന്നതു കാണാം. എന്നാൽ ഇത്തരം ഹൃദയബന്ധങ്ങൾ തളിരിടുന്നത് വല്ലപ്പോഴുമൊരിക്കൽ മാത്രം.'- അന്നത്തെ ട്യൂട്ടർ ആയിരുന്ന റിജുമേഡത്തിന്റെ വാക്കുകൾ ഇന്നുമെനിക്കോർമ്മയുണ്ട്. 'ലോകം അവസാനിപ്പിക്കുവാൻ പ്രണയ സല്ലാപങ്ങൾ കഴിയുന്നതുവരെ ദൈവം കാത്തിരിക്കുമെന്നൊരു വിശ്വാസമുണ്ട്. നാമിരുവരും ഭൂമിയിൽ ജീവിച്ചിരിക്കുന്നു എന്ന ഒറ്റക്കാരണം കൊണ്ടുതന്നെ ലോകാവസാനം അസംഭവ്യമാണ്.' നിരന്തരം ഇങ്ങനെ പറഞ്ഞിരുന്ന ആൾ തന്നെയാണ് ഇപ്പോൾ എനിക്കായി ചതിയുടെ പാതാളക്കുഴികൾ ഒരുക്കുന്നത്."

ഭൂതകാലത്തിന്റെ ഇരുൾമാളങ്ങളിൽ നിന്ന് എത്തിനോക്കുന്ന ഓർമ്മകളിൽ ശാന്തി വിഷണ്ണയായി.

"ഒരു കീഴാളവധുവിനെ അംഗീകരിക്കുവാൻ നകുലന്റെ അമ്മ ഒരുക്കമായിരുന്നില്ല. തന്റെ മകനെ വലവീശിപ്പിടിച്ച താടകയായി അവർ എന്നെ കണക്കാക്കി. അവഹേളനങ്ങളുടെ പെരുങ്കളിയാട്ടങ്ങൾക്കിടയിലും നകുലന്റെ വീട്ടിൽ ഞാൻ താമസം തുടർന്നു. ജാതിവെറി പല്ലിലിട്ട് ചവച്ചു കൊണ്ടിരുന്ന ആ സ്ത്രീ കിട്ടിയ അവസരങ്ങളിലെല്ലാം എന്നെ ഇകഴ്ത്തി. കുലസ്ത്രീ നാട്യത്തോടെ അവർ ആത്മരോഷങ്ങൾ ചൊരിഞ്ഞു കൊണ്ടിരുന്നു. അഭയാർത്ഥിപ്പുര പോലെയുള്ള ആ വീട്ടിൽ ചലനമുള്ള ശവം കണക്കെ ഞാൻ ജീവിച്ചു."

"സഫലമാകാത്ത മോഹങ്ങളുടെ കിഴിക്കെട്ടായിരുന്നു നകുലന്റെ വീട്ടിലെ പൊറുതി. ഗ്രീക്ക് പുരാണത്തിലെ സിയൂസ് ദേവന്റെ പുത്രൻ ടാന്റലസിന്റെ ദുരവസ്ഥ ആ ദിവസങ്ങളിൽ പലപ്പോഴും മനസ്സിലൂടെ കടന്നുപോയി. സ്വന്തം മകനായ പെലോപ്സിനെ വെട്ടിനുറുക്കി, പാകം ചെയ്ത അവന്റെ ശരീരഭാഗങ്ങൾ ദൈവങ്ങൾക്കായി വെച്ചു വിളമ്പി, ദൈവങ്ങളെ പരീക്ഷിച്ച ടാന്റലസ് ദേവന്റെ ദുരവസ്ഥ. കഴുത്തൊപ്പം വെള്ളത്തിൽ സദാ നില്പുശിക്ഷക്കു വിധേയനായി തടാകത്തിൽ തുടരവെ, ദാഹാർത്തനായി ഒരു കവിൾ കുടിനീരിനായി വായ തുറക്കുമ്പോൾ ജലവിതാനം പൊടുന്നനവെ കൺമുന്നിൽ താഴ്ന്നു താഴ്ന്നു പോകുന്ന ദൃശ്യത്തിന്റെ ദൈന്യത; തലപ്പൊക്കത്തിൽ പ്രലോഭനങ്ങളോടെ തൂങ്ങിയാടുന്ന വിളഞ്ഞ ഫലങ്ങൾക്കായി ആർത്തിയോടെ കൈയുയർത്തുമ്പോൾ മരച്ചില്ലയൊന്നാകെ കാണെക്കാണെ ഉയർന്നു പോകുന്ന കാഴ്ചയുടെ നിരാശ. സമൃദ്ധികൾക്കിടയിലും വറുതിയിൽ ചിലവിട്ട ടാന്റലൈസിംഗ് മനോവ്യാപാര ദിനങ്ങൾ."

ഒരു നെടുവീർപ്പിനു ശേഷം ശാന്തി സംസാരം തുടർന്നു-

"ജീവിതത്തിലെ സ്നേഹബൊമ്മാടങ്ങൾ പൂർണ്ണമായും തകർന്നത് ആ വർഷത്തെ B.Ed. റിസൽറ്റ് പുറത്തു വന്നപ്പോഴാണ്."

നരകം കണ്ട ധർമ്മപുത്രരുടെ മുഖവുമായി പ്രവീൺ കേഴ്‌വിക്കാരനായി.

"ശാന്തി തോറ്റു, അല്ലേ?"

നിഗമനത്തിലേക്ക് ഞാൻ മുതലക്കൂപ്പ് കുത്തി.

"തോറ്റത് ശാന്തിയല്ല, നകുലനാണ്. ആ ബാച്ചിൽ പരാജയപ്പെട്ട ഒരേ ഒരാൾ നകുലനായിരുന്നു."

പ്രവീൺ പറഞ്ഞു.

“ജീവിതാശകളുടെ ഒടുക്കത്തിന്റെ തുടക്കം നകുലന്റെ ആ പരാജയ മായിരുന്നു. അയാളുടെ ജീവിതം തകിടം മറിഞ്ഞു. തമോഗർത്തം പോലുള്ള ഇരുട്ടിലേക്ക് തുറിച്ചു നോക്കി വിഷാദങ്ങളിലേക്ക് നകുലൻ ഊളിയിടാൻ തുടങ്ങി. അയാളുടെ രാവുകൾ നിദ്രാവിഹീനങ്ങളായി. തന്റെ തോൽവിയേക്കാൾ നകുലനെ ഉലച്ചത് എന്റെ മിന്നുന്ന വിജയമാ ണെന്ന് ഞാനറിഞ്ഞു. പൂണ്ടു വിളയാടിയ പെറ്റമ്മയ്ക്കു മുന്നിൽ മാന മിടിഞ്ഞുപോയ അയാൾ ബധിരാന്ധമൂകനായി. നകുലന്റെ ഹൃദയ ത്തിൽനിന്ന് എന്നോടുള്ള സ്നേഹം കൂടും കുടുക്കയുമെടുത്ത് പടിയി റങ്ങി.”

“റിസൽറ്ററിഞ്ഞ ഉടൻതന്നെ നാട്ടിൽത്തന്നെയുള്ള മേരിഗിരി സ്കൂളിൽ ജോലി ലഭിച്ചത് നകുലന് മറ്റൊരു ഷോക്കായിരുന്നു. ജീവിതത്തിന്റെ ഗതിവിഗതികളിലോരോന്നും താൻ പരാജയപ്പെടുകയാണെന്ന് അയാൾ കരുതി. അതിന്റെ മൂലഹേതു തന്നെ പ്രേമിച്ചു വശത്താക്കിയ ഒരുത്തി യാണെന്ന് അയാൾ വൃഥാ സങ്കല്പിച്ചു. രാജപുംഗവന് കണ്ണ് തട്ടാതിരി ക്കുവാൻ മുൻപെ ഗമിക്കുന്ന ആറാട്ടുമുണ്ടനെപ്പോലെ അപകർഷതാ ബോധം അയാൾക്കു മുന്നിൽ ഞെളിഞ്ഞു നടന്നു. ഞാൻ എന്ന പാപിഷ്ഠജന്മത്തെ ശത്രുപക്ഷത്ത് പ്രതിഷ്ഠിച്ച്, ഒരു നിഴൽയുദ്ധത്തി നുള്ള കോപ്പു കൂട്ടുകയായിരുന്നു, നകുലൻ. പോരുകോഴിയുടെ മേൽ പീലി വെച്ചുകെട്ടി മയിലാകാൻ ശ്രമിക്കുന്നതുപോലെ, കേവലം കൃത്രി മമായിരുന്നു തികഞ്ഞ ഫാസിസ്റ്റായ അയാളുടെ സോഷ്യലിസ്റ്റ് സിദ്ധാ ന്തങ്ങൾ. അന്യഗൃഹത്തിലെന്നതുപോലെ നകുലന്റെ വലിയ വീട്ടിൽ ഞാൻ കഴിഞ്ഞു. അവഗണനയുടെ ആവാസവ്യവസ്ഥയിൽ ഒരു വെറും ജീവിതം. മഴ കൂടുതൽ കൂട്ടുകൂടുന്ന വയനാട്ടിലെ എന്റെ അനാർഭാട ഓലപ്പുര ഓർമ്മയിൽ സ്വർഗ്ഗമായി. ദിനങ്ങൾ ഇഴഞ്ഞു നീങ്ങവെ, തെലു ങ്കാനാ മുദ്രയുള്ള ഒരു ലക്കോട്ട് അശനിപാതമായി ഒരുനാൾ എന്നെ തേടി യെത്തി.”

ഓർമ്മയുടെ ഭയാനകമായ മുനമ്പിൽ ശാന്തി തളർന്നുനിന്നു.

“യഥാർത്ഥത്തിൽ ഞാൻ ഡിഗ്രി പാസ്സായിട്ടില്ലെന്ന അറിയിപ്പായിരു ന്നു, ആ കവറിനുള്ളിൽ. ഗ്രേഡുകളിൽ നിന്ന് മാർക്കിലേക്കുള്ള പരി വർത്തന പ്രക്രിയക്കിടയിൽ ചില സാങ്കേതിക പിശകുകൾ സംഭവിച്ചു വെന്നും, ജയിച്ചുവെന്ന് രേഖപ്പെടുത്തിയ മാർക്ക്ലിസ്റ്റുകൾ നല്കുവാൻ ഇടയായത് അതുകൊണ്ടാണെന്നും കത്തിൽ വിശദീകരിച്ചിരുന്നു. ഡിഗ്രി

യുടെ ഒറിജിനൽ സർട്ടിഫിക്കറ്റ് തയ്യാറാക്കുന്നതിനിടയിലാണ് പിശക് കണ്ടെത്തിയതെന്ന കാര്യവും കത്തിൽ ചൂണ്ടിക്കാണിച്ചിരുന്നു. ബിരുദ പഠനം പൂർത്തിയാക്കി കാലങ്ങൾക്കുശേഷം എത്തിച്ചേർന്ന ആ കത്ത് എന്റെ കയ്യിലിരുന്ന് വിറ കൊണ്ടു. പ്രശ്നങ്ങളുടെ പസഫിക് സമുദ്രം ആർത്തിരമ്പുന്നത് എനിക്കു കേൾക്കാൻ കഴിഞ്ഞു. ജീവിതം വഴിമുട്ടു കയാണെന്ന തിരിച്ചറിവിൽ മനസ്സ് ഉലഞ്ഞു."

"പെട്ടിക്കുള്ളിൽ കത്ത് ഭദ്രമായി വെച്ച് പതിവുപോലെ സ്കൂളിലേക്കു പുറപ്പെട്ടു. ശബ്ദത്തിന്റെ ലോകത്തുനിന്ന് വിടുതൽ കിട്ടിയ മാതിരി കുറേനേരം സ്റ്റാഫ്റൂമിൽ കഴിച്ചുകൂട്ടി. 'എന്താണൊരു പ്രഞ്ജ്യാസം പോലെ' എന്ന നിഷയുടെ ചോദ്യമാണ് എന്നെ ഉണർത്തിയത്. ഒരുപാട് ആലോചനകൾക്കുശേഷം ഉറ്റസുഹൃത്ത് നിഷയുമായി മഹാരഹസ്യം പങ്കുവെച്ചു. ഉയർന്ന ക്ലാസിൽനിന്ന് താഴ്ന്ന ക്ലാസിലേക്ക് സ്ഥാനക്ക യറ്റം കിട്ടിയ കുട്ടിയെ എന്നവണ്ണം നിഷ എന്നെ നോക്കി. നിമിഷജ്ഞാ നിയായ അവൾ ഒരു ഉപദേശം എന്റെ കാതിൽ സ്വകാര്യമായി നിക്ഷേ പിച്ചു-"

"സൂര്യൻ ഉറങ്ങിപ്പോയെന്ന് വെച്ച് ഭൂമിക്ക് തണുത്തു വിറയ്ക്കാൻ പറ്റുമോ? ലാസ്റ്റ് ഗ്രേഡ് സെർവൻസിന്റെ അപേക്ഷ പബ്ലിക് സർവ്വീസ് കമ്മീഷൻ വിളിച്ചിട്ടുണ്ട്. ഡിഗ്രി പാസ്സാവാൻ പാടില്ല എന്നതാണ് യോഗ്യത. നാളെയാണ് അവസാന തിയ്യതി. നീ അതിന് അപേക്ഷി ക്കണം."

"അതൊരു കൊള്ളാവുന്ന ആശയമാണെന്നു തോന്നി. പുതിയ വ്യാക രണം കൊണ്ട് ജീവിതത്തെ പൂരിപ്പിക്കേണ്ടി വരുമെന്ന സന്നിഗ്ധാവസ്ഥ യിൽ ആ ആശയത്തിന് മനസ്സ് സമ്മതംമൂളി. ലാസ്റ്റ് ഗ്രേഡ് പരീക്ഷയ്ക്ക് അപേക്ഷിക്കുകയും ഗോപ്യമായി പരീക്ഷയ്ക്കു ഹാജരാകുകയും ചെയ്തു."

"ലാസ്റ്റ് ഗ്രേഡ് റാങ്ക്ലിസ്റ്റിൽ എന്റെ നമ്പർ വളരെ ഉയരത്തിൽത്തന്നെ സ്ഥാനം പിടിച്ചിട്ടുണ്ടെന്ന അറിവ് നിഷ ഒരുദിവസം പങ്കുവെച്ചു. അന്ന് തന്നെയാണ് സ്കൂൾ പ്രിൻസിപ്പാൾ രാജിമാഡം എന്നെ ക്യാബിനിലേക്ക് വിളിപ്പിച്ചത്. മീനസൂര്യൻ തീ വിതച്ച നട്ടുച്ച നേരമായിരുന്നു, അത്."

"ഈ സ്കൂളിൽ ജോലിക്കു ചേരുമ്പോൾ ഡിഗ്രിയുടെ മാർക്ക്ലിസ്റ്റു കളും പ്രൊവിഷണൽ സർട്ടിഫിക്കറ്റും B.Ed.ന്റെ മാർക്ക്ലിസ്റ്റുമാണ് ഓഫീ സിൽ നല്കിയത്. ശരിയല്ലേ?"

"ശരിയാണ്."

ഞാൻ സമ്മതിച്ചു.

"ഡിഗ്രിയുടെയും B.Ed.ന്റെയും ഒറിജിനൽ സർട്ടിഫിക്കറ്റുകൾ ഉടൻതന്നെ ഓഫീസിൽ സമർപ്പിക്കണം. ചില പരിശോധനകൾ നടത്താനുണ്ട്."

മാഡത്തിന്റെ വാക്കുകളിൽ അക്ഷരകണിശത തിടംവെച്ചു നിന്നു. സ്തബ്ധയായി നിന്ന എന്നിലൂടെ പദരഹിതമായൊരു പ്രാർത്ഥന കടന്നുപോയി.

ഹാഫ് ഡോർ തുറന്നു പുറത്തിറങ്ങുന്നതിനിടയിൽ മാഡത്തിന്റെ ആത്മഗതം കേട്ടു -

"ഈ ടീച്ചറിന്റെ B.Ed.ന്റെ അവസ്ഥയും ഇതുതന്നെയായിരിക്കുമോ?"

"തെലുങ്കാനയിൽനിന്നു ലഭിച്ച കത്തിന്റെ ഫോട്ടോകോപ്പിയിൽ മാഡത്തിന്റെ കണ്ണുകൾ ഉഴറി നടക്കുന്നത് ഒരു ഞെട്ടലോടെ ഞാൻ കണ്ടു."

"പിന്നീടെന്തുണ്ടായി?"

എന്റെ വാക്കുകളിൽ ആകാംക്ഷ ചുരമാന്തി.

"ദാലിച്ചിത്രങ്ങൾ പോലുള്ള സ്വപ്നങ്ങൾ ഉറക്കത്തിൽ നിരന്തരം വേട്ടയാടാൻ തുടങ്ങി. മനസ്സിന്റെ അകത്തളങ്ങളിൽ, ചാരുകസേരയിലെന്നവണ്ണം കിടന്ന് ആ തെലുങ്കാനാ കത്ത് കണ്ണുരുട്ടാൻ തുടങ്ങി. ഹൃദയത്തിൽ ഒരു മുൾമരം മുളച്ചുപൊന്തി. ഊണിലുമുറക്കത്തിലും അത് നീറ്റലുണ്ടാക്കാൻ തുടങ്ങി. അങ്ങനെയൊരു നാൾ ഈ സർവ്വകലാശാലയിൽ നിന്ന് എനിക്ക് ഒരു ഫോൺകോൾ ലഭിച്ചു. തെലുങ്കാനാ യൂണിവേഴ്സിറ്റി അയച്ച കത്തിന്റെ കോപ്പി ആരോ ഒരാൾ അയച്ചുതന്നുവെന്നും, കത്തിൽ സൂചിപ്പിച്ച കാര്യത്തിന്റെ നിജസ്ഥിതി പരിശോധിച്ചു വരികയുമാണെന്നതായിരുന്നു ഫോൺകോളിന്റെ സാരാംശം. കഷ്ടപ്പെട്ടു നേടിയ B.Ed. കോഴ്സ് കാറ്റത്തെ കിളിക്കൂടാകുന്നത് അറിഞ്ഞ് ഞാൻ നിസഹായയായി."

"--------"

'എന്റെ' എന്ന് തുടങ്ങുന്ന ഇംഗ്ലീഷ് വാക്കായി തർജ്ജമ ചെയ്യാവുന്ന ഒരു സർവ്വസാധാരണ 'മ'കാര തെറി ഞങ്ങൾക്കിടയിൽ പൊട്ടിവീണു. ഈച്ചയെപ്പോലെ ചുറ്റിപ്പറ്റി നിന്നിരുന്ന ശശി അപ്പോഴാണ് ഞങ്ങളുടെ ശ്രദ്ധയിൽ പതിഞ്ഞത്.

"നകുലനെയാണ് ഉദ്ദേശിച്ചത്."

തരിച്ചുനിന്ന ഞങ്ങൾക്കു മുന്നിൽ ശശി ആശയവ്യക്തത വരുത്തി.

"നിങ്ങളുടെ കുടുംബജീവിതം-?"

ഞാൻ തിരക്കി.

"അസാധുവാക്കിയ നോട്ടുകൾ പോലെ വിലയില്ലാത്തതായിത്തീർന്നു, ഞങ്ങൾക്കിടയിലെ പ്രണയം. കറുത്തമ്മ എന്ന് എന്നെ അധിക്ഷേപിച്ച നകുലൻ എന്ന സുഭഗന്റെ തുണ ഇനി എനിക്കാവശ്യമില്ല. സ്പ്രിംഗ് തലമുടിയും കാർവർണ്ണവുമായി എന്റെ മകൻ വളർന്നു വരുന്നുണ്ട്. അവന്റെ പിതാവിന്റെ സവർണ്ണ ഊറ്റത്തിന്റെ പൊള്ളത്തരങ്ങൾ അവന് ഞാൻ ചൊല്ലിക്കൊടുക്കും. പൊരുത്തക്കേടിന്റെ ശിവതാണ്ഡവങ്ങളിലുലഞ്ഞ് ജീവിതം കലങ്ങി മറിഞ്ഞതിന്റെ മൂലകാരണങ്ങൾ."

ഒന്നു നിർത്തി ശാന്തി വീണ്ടും തുടർന്നു-

"വെളുത്ത കാറിന് കറുത്ത ടയറുകൾ ഘടിപ്പിക്കുന്ന കാലത്തോളം കറുപ്പിനോടുള്ള മ്ലേച്ഛത അവസാനിക്കില്ലെന്ന മുഗാബെയുടെ വാക്കുകൾ വളരെ മുമ്പ് വായിച്ചറിഞ്ഞതാണ്. ദുഃഖത്തെ ദ്യോതിപ്പിക്കാൻ കറുത്ത വസ്ത്രവും മരണത്തിന് കറുത്ത കൊടിയും പ്രതീകങ്ങളായ ഈ ലോകത്ത് കറുത്തവന്റെ സങ്കടം പോലും മാറ്റ് കുറഞ്ഞതായിത്തീരുന്നു."

ആത്മസംഘർഷങ്ങളുടെ വാഗാ അതിർത്തിയിൽ ശാന്തി മൗനിയായി.

കുഞ്ഞിച്ചിറകുകൾ കൊണ്ട് അന്തരീക്ഷത്തെ തല്ലി പതം വരുത്തുന്ന ഒരു ചെറുകിളിയിൽ ദൃഷ്ടിയൂന്നി ഞാൻ നിശബ്ദനായി നിന്നു. വികാരങ്ങളുടെ പെരുംപെയ്ത്ത് ശമിക്കവെ ശാന്തി പരിസരം വീണ്ടെടുത്തു. ബാഗിൽ നിന്നെടുത്ത രണ്ടു കവറുകൾ അവർ എന്റെ നേരെ നീട്ടി. ഞാൻ അവരുടെ കണ്ണുകളിൽ നോക്കി. ആത്മാവിന്റെ ദ്വാരപാലകന്മാരായ കണ്ണുകളിൽ പ്രത്യാശ കരിന്തിരി കത്തുകയായിരുന്നു, അപ്പോൾ.

ജീവിതത്തിന്റെ ഒത്ത നടുക്ക് കടുംകെട്ട് വീണുപോയ ഈ യുവതിയുടെ എന്തു രഹസ്യമായിരിക്കും ഈ കവറുകളിൽ?

ആകാംക്ഷയോടെ ഞാൻ കത്തുകൾ തുറന്നു.

സ്കൂൾ മാനേജ്മെന്റ് ശാന്തിയുടെ പേരിൽ അയച്ച നോട്ടീസായിരുന്നു ഒന്നാമത്തെ കവറിനുള്ളിൽ.

നിർദ്ദിഷ്ട യോഗ്യതയില്ലാതെയാണ് ശാന്തി സ്കൂളിൽ നിയമനം തരപ്പെടുത്തിയതെന്ന ആരോപണം നോട്ടീസിൽ ഉന്നയിച്ചിരുന്നു. ഏഴു ദിവസത്തിനുള്ളിൽ ഡിഗ്രിയുടെയും B.Ed. ന്റെയും ഒറിജിനൽ സർട്ടിഫിക്കറ്റുകൾ കോളേജ് ഓഫീസിൽ സമർപ്പിക്കണമെന്ന അന്ത്യശാസനം നോട്ടീസിൽ ഉൾപ്പെടുത്തിയിരുന്നു. അല്ലാത്തപക്ഷം, കൈപ്പറ്റിയ ശമ്പളത്തുക തിരികെ നൽകി ജോലിയിൽനിന്നു പിരിഞ്ഞു പോരേണ്ടിവരുമെന്നും നിയമപരമായ ശിക്ഷാനടപടികൾ നേരിടേണ്ടി വരുമെന്നും അതിൽ സൂചിപ്പിച്ചിരുന്നു.

രണ്ടാമത്തെ കത്ത് PSC ഓഫീസിൽ നിന്ന് ലഭിച്ചതായിരുന്നു.

ശാന്തിയുടെ ഡിഗ്രിയുടെയും B.Ed. ന്റെയും മുഴുവൻ മാർക്ക്‌ലിസ്റ്റുകളുടെയും ഫോട്ടോ കോപ്പികൾ ആ കത്തിനോടൊപ്പം ഉള്ളടക്കം ചെയ്തിരുന്നു. അജ്ഞാതനായ ഒരാൾ ഓഫീസിലെത്തിച്ച ആ രേഖകൾ ശാന്തിയുടേത് തന്നെയല്ലേ എന്ന ചോദ്യമാണ് കത്തിൽ ഉന്നയിച്ചിരുന്നത്. പ്രമുഖമായൊരു സർക്കാർ സ്ഥാപനത്തെ കബളിപ്പിക്കാൻ തുനിഞ്ഞതിന് നിയമം അനുശാസിക്കുന്ന ശിക്ഷ ഏറ്റുവാങ്ങേണ്ടി വരുമെന്ന മുന്നറിയിപ്പ് ആ കത്തിലുണ്ടായിരുന്നു. തൃപ്തികരമായ വിശദീകരണത്തിന് ഏഴു ദിവസം സമയം അനുവദിച്ചിരുന്നു.

"തന്റേതല്ലാത്ത കാരണത്താൽ ജീവിതം വഴിമുട്ടിയ ഈ സാധുസ്ത്രീയുടെ രക്ഷയ്ക്ക് ഏത് സൂത്രവാക്യമാണ് നിർദ്ദേശിക്കാൻ കഴിയുക?"

ശശി ഉന്നയിച്ച പവൻ മാർക്ക് വിലയുള്ള ചോദ്യം അന്തരീക്ഷത്തിൽ ഘനീഭവിച്ചു നിന്നു.

❖❖

പരിണാമഗുപ്തി

പരിണാമഗുപ്തി

"ഭടന് എന്തു സംഭവിച്ചു?"

കൂട് നഷ്ടമായ വേട്ടാളനെപ്പോലെ ആ ചോദ്യം ബസ്സിനുള്ളിൽ ചുറ്റി ത്തിരിഞ്ഞു.

"സസ്പെൻസിൽ നിർത്തിക്കളയല്ലേ, പ്ലീസ്."

ഒരു ലോലശബ്ദം കേട്ടു.

ഉത്കണ്ഠയും ആകാംക്ഷയും കൂടിക്കുഴഞ്ഞ ആ ശബ്ദത്തിന്റെ ഉടമ ജയ ആയിരുന്നു. ചോദ്യത്തിന്റെ കുന്തമുന എന്റെ നേർക്ക് അല്ലെന്ന മട്ടിൽ നിഗൂഢമായി പുഞ്ചിരിച്ച്, ഞാൻ മന്തൻമറിഞ്ഞ് കളിച്ചു.

വീടുകളാണല്ലോ ഭൂമിയിലെ ഇക്കാലത്തെ കായ്ഫലമുള്ള കൃഷി. റോഡിനിരുവശത്തും ഇടതൂർന്നു വളരുന്ന കൃഷികൾക്കിടയിലൂടെ മുന്നോട്ടു നീങ്ങിക്കൊണ്ടിരിക്കുന്ന ബസ്സിനുള്ളിലെ സംവാദങ്ങൾക്ക് ഗോപ്യമായി കാതു നൽകി ഞാനിരുന്നു.

"പ്രണയത്തിന്റെ മലരമ്പുകൾ ഏറ്റുവാങ്ങിയ രാജകുമാരി കഠോര ഹൃദയയാകുമെന്നു കരുതുക വയ്യ. ഭടന്റെ ജീവൻ അവൾ രക്ഷിച്ചിട്ടു ണ്ടാവും."

സന്ദേഹത്തിനു മേൽ ഉറപ്പിന്റെ ആണി അടിയ്ക്കുന്ന ആ പ്രത്യാശാ വാക്കുകൾ ഷൈനിയുടേതായിരുന്നു.

"അരവട്ടനായ രാജാവിന്റെ സന്തതിയല്ലേ? സ്നേഹത്തിന്റെ ലഗൂണു കളിലേക്ക് ജലമെത്തിക്കുന്ന കുഴലുകൾ ഏങ്കോണിച്ചതാകാനാണ് വഴി. സിംഹം ഭടനെ കശാപ്പു ചെയ്തുകാണും."

യുക്തിയെ ബുദ്ധിയുടെ ചാണക്കല്ലിൽ ഇട്ട് മൂർച്ചകൂട്ടി സിന്ധു അഭി പ്രായപ്പെട്ടു.

"ഈ കഥയിൽ സ്ത്രീവിരുദ്ധത ദർശിക്കുന്നവരെ കുറ്റപ്പെടുത്തരുത്. രാജകുമാരിയുടെ സ്ഥാനത്ത് നിങ്ങളായിരുന്നുവെങ്കിൽ എന്ന വ്യംഗ്യം ഇക്കഥയിൽ അന്തർലീനമാണ്."

വിധിതീർപ്പിന്റെ കണിശത ചാലിച്ച സ്വരം സവിതയുടെതായിരുന്നു.

"ഇക്കഥയിൽ വിധിനിർണ്ണായക തീരുമാനമെടുക്കുന്നത് ഭടൻ തന്നെയല്ലേ? അതിന്റെ വരുംവരായ്കകളിൽ അയാൾ മാത്രമാണ് ഉത്തരവാദി."

ഉസ്മാൻ തറപ്പിച്ച് പറഞ്ഞു.

"രാജകുമാരിയുടെ ഹൃദയത്തിന്റെ ചില്ലകളിൽ കുന്നായ്മയുടെ ശവംനാറി പൂക്കൾ വിരിഞ്ഞിട്ടുണ്ടാവാം. എങ്കിലും സ്നേഹത്തിന്റെ ഒരു തളിരില ആ മനസ്സിന്റെ മതിലുകൾക്കിടയിലൂടെ തല നീട്ടിയില്ലെന്ന് എങ്ങനെ പറയാൻ കഴിയും?"

അനൂപ് തർക്കിച്ചു.

"ഭടന്റെ സന്ധ്യകളിൽ സിന്ദൂരം ചാലിച്ചു കഴിഞ്ഞവളാണല്ലോ രാജകുമാരി. അയാൾ മറ്റൊരുവളുടെ ജീവിത വൃത്തത്തിനകത്ത് പെട്ടുപോകുന്നത് സങ്കല്പിക്കാൻ കൂടി കുമാരിക്ക് എളുപ്പമാകില്ല. ഭടന്റെ ജീവിതത്തിന്റെ പൂമുഖത്ത് ഇനി തനിയ്ക്ക് സ്ഥാനമില്ല എന്ന അറിവിന്റെ ഭാരത്തിൽ രാജകുമാരി ഭടനെ ഒറ്റിയിരിക്കാനാണ് സാദ്ധ്യത."

ഷനോജ് യുക്തിവാദിയായി.

"അനന്തമജ്ഞാതമവർണ്ണനീയമായ മനുഷ്യ മനസ്സിനെച്ചൊല്ലി തർക്കിക്കുന്നതിൽ അർത്ഥമില്ല."

ജഷീദയും സുസ്മിതയും അഭിപ്രായ കാര്യത്തിൽ ഐക്യകക്ഷികളായി.

കർത്താവും കർമ്മവും ക്രിയയും സ്ഥാനം തെറ്റിക്കിടക്കുന്ന വാചകത്തിനു മുൻപിൽ പെട്ടുപോയ വിദ്യാർത്ഥികളെപ്പോലെ, ശ്രോതാക്കളെല്ലാവരും ഞാൻ പറഞ്ഞൊരു കഥയ്ക്കു മുന്നിൽ ചിന്താക്ലാന്തരായി ഉഴറി.

ഒളിച്ചു കളിക്കാരൻ കുട്ടി ഒളിവിടത്തിൽനിന്ന് കൂക്കുംപോലെ ഒരു ശബ്ദം ഉയർന്നു. കഥാലോകം വിട്ട് നാദബ്രഹ്മത്തിൽ ലയിക്കാനുള്ള പിൻവിളിയാണ്. ബസിന്റെ പിൻവശത്ത് പ്രേമൻ പാടിത്തകർക്കുകയായിരുന്നു. സമ്മതമായി ചേർന്നുനിന്നാൽ രാക്ഷസിക്ക് ഉമ്മ നല്കാമെന്ന വാഗ്ദാനമായിരുന്നു, പാട്ടിന്റെ കാതൽ. കഴുത്തിലെ ആൺമുഴ ഇളക്കി സുരേഷും പാട്ടിനു കൂട്ടുചേർന്നു. വറ്റാത്ത ഊർജ്ജ സംഭരണികളായി ഇന്ദുവും രജനിയും ജ്യോതിയും പ്രേമന്റെ പാട്ടിനു കൈത്താളമിട്ടു. ബസ്സിലെ ഇത്തിരി സ്ഥലത്ത് അപർണ്ണയും ലജിഷയും ഷീലയും രാക്ഷസിക്കായി നൃത്തച്ചുവടുകളൊരുക്കി. ചിലർ അനങ്ങാപ്പാറ നയം സ്വീകരിച്ച് സീറ്റുകളിൽ അമർന്നിരുന്നു.

"കൊടുങ്കാറ്റിലും ഉലയാത്ത നെടുവരിയൻ മരമാണല്ലോ നമ്മുടെ കല്പവൃക്ഷം - തെങ്ങ്. അതുകൊണ്ടാവണം, ദേഹമിളക്കി ചടുലമായ ചുവടുകൾ വെക്കാൻ മലയാളിക്ക് സങ്കോചം."

പുതിയൊരു ആശയം വികസിപ്പിച്ചതിന്റെ ആനന്ദം കൃഷ്ണകുമാറിന്റെ മുഖത്ത് വിരിഞ്ഞു വന്നു.

"പാവം ഭടൻ."

ചില ദയാബായിമാരുടെ ശബ്ദം എന്നെ കഥയിലേക്ക് വീണ്ടുമെത്തിച്ചു. ശബ്ദകോറസിന്റെ ഉടമകളെ ഞാൻ തിരിച്ചറിഞ്ഞു - രാധിക, സബിന, സജിത, ജിഷ, രശ്മി.

കഥയിൽ എന്തു കാര്യം എന്ന മട്ടിൽ, ലോകവാദ്ധ്യാരായ ഗൂഗിളിൽ എന്തോ തിരഞ്ഞ് ബിജേഷ് മൗനം കുടിച്ചിരുന്നു. ഈ യാത്രയെക്കുറിച്ച് ഒരു വിവരണം തയ്യാറാക്കുന്നതിന്റെ മുന്നോടിയായി, കണ്ടതും കേട്ടതും നുള്ളിപ്പെറുക്കി മനസ്സിന്റെ ചെപ്പിൽ നിക്ഷേപിച്ച് അഭിഷേക് നിശബ്ദനായി ഇരുന്നു.

"തലയും വാലുമില്ലാത്തൊരു കഥ."

അനു എന്നെ പ്രകോപിപ്പിക്കാൻ തുനിഞ്ഞു.

"കഥയ്ക്കു തലയുണ്ട്; വാലും. ഇരട്ടവാൽ ആണെന്നതാണ് പ്രശ്നം."

അനുവിന്റെ അഭിപ്രായത്തെ ജസ്ന അസാധുവാക്കി.

" 'പുളു' എന്നതാണ് ഈ കഥയ്ക്ക് ചേരുന്ന പേര്".

രേഷ്നയുടെ ഈ അഭിപ്രായത്തെ പിൻപറ്റിയ കാർത്തിക നിറകൺ ചിരിയോടെ തലകുലുക്കി.

"എല്ലാക്കഥകളും നേർവരകൾ പോലെ ലളിതമാകണമെന്ന് ശഠിക്കരുത്" -

നിഷ തത്വജ്ഞാനിയായി.

ചില്ലിനിടയിലൂടെ കടന്നുവന്ന ഇളവെയിൽ ദേഹത്ത് പിണഞ്ഞു കിടക്കുന്നതു നോക്കി സുധ ചിന്താമഗ്നയായി ഇരുന്നു. തർക്കിക്കാനുള്ള കോപ്പു കൂട്ടുകയാണവരെന്ന് ഞാനറിഞ്ഞു.

"ഈ കഥ ഒരു നടയ്ക്കു പോവില്ല" -

ഷീജ അടിവരയിട്ടു പറഞ്ഞു.

ചിന്തകൾ ജിപ്സികളെപ്പോലെ അലഞ്ഞു നടക്കുന്ന മുഖവുമായി അഞ്ജന ചുറ്റിലും നോക്കി. ഉത്തരം പറയാതെ ഞാൻ വിടമാട്ടേൻ എന്ന ഭാവം ബിന്ദുവിന്റെ മുഖത്ത് വായിച്ചെടുക്കാമായിരുന്നു. റോഡരികിലെ കാട്ടുപൂക്കളിൽ ജീവാണു തൊട്ടു വെക്കുന്ന പ്രാണിവൃന്ദങ്ങളെ നോക്കി ലിനിത നിർനിമേഷയായി ഇരുന്നു. ഹൃദയം ചൂഴ്ന്നെടുത്ത വേർപാടിന്റെ സാന്ദ്രസ്ഥലികളിൽ പൊള്ളിയ രാജകുമാരിയെപ്പറ്റി

ചിന്തിച്ച് സുബിത്ത് ബസ്സിൽ തൂങ്ങിനിന്നു. ജിജ്ഞാസാഭരിതമായ മുഖത്തോടെ പരിണാമഗുപ്തിക്കായി ഉമ്മു കാതോർത്തു.

ടൂറിനിടയിൽ വിളമ്പിയ ഒരു കഥ അതിന്റെ ക്ലൈമാക്സ് കാത്ത് ബസ്സിനുള്ളിൽ ചുറ്റിത്തിരിയുകയായിരുന്നു. ഗൂഗിൾമാപ്പിന്റെ പരിധിയിൽ വരാത്ത ഒരു രാജ്യത്തെ അരവട്ടനായൊരു രാജാവിന്റെ ഏകമകളെ പ്രണയിച്ച ഭടന് എന്തു സംഭവിച്ചു എന്ന ഉൽക്കണ്ഠ ഓരോ മുഖങ്ങളിലും തത്തിക്കളിച്ചു. ബാലിയുടെ മുന്നിൽ ഋഷ്യമൂകാചലം പോലെ, ശ്രോതാക്കൾക്കു മുന്നിൽ കഥാന്ത്യം വഴിമുട്ടി നിന്നു.

ഒരു ഹോട്ടലിനു മുന്നിൽ ബസ് ബ്രേക്കിട്ടു. ഓരോരുത്തരായി ബസ്സിൽ നിന്നു പുറത്തിറങ്ങി. നഗരജീവിതത്തിന്റെ അനായാസത ഉടലിന്റെ മെയ്‌വഴക്കങ്ങൾ ചോർത്തിയെടുത്തു എന്ന അറിവിൽ ഖിന്നരായി അവർ ഹോട്ടലിനു നേരെ നടന്നു. മഞ്ഞിൽ വിരിഞ്ഞ പൂക്കൾക്ക് പേരറിയാമരങ്ങൾ കുട പിടിച്ചു നിൽക്കുന്ന കുന്നിൻചെരുവിലെ ആ ഹോട്ടൽ കാഴ്ചയിൽ ചെറുതായിരുന്നു.

“പുറംകാഴ്ചയിൽ വെറുതെ നെറ്റി ചുളിക്കേണ്ട. അകത്തു വിശാലമായ ലോകമാണ്- കോട്ടയം അയ്യപ്പാസ് പോലെ.”

ടൂർ സംഘാടക സമിതിക്കു വേണ്ടി ഉദയൻ പ്രഖ്യാപനം നടത്തി.

കഥയിലെ ഭടനെ പാട്ടിനുവിട്ട് യാത്രികരെല്ലാവരും തീൻമേശയിലെ പ്ലേയിറ്റുകൾക്കു സമീപം ഉപവിഷ്ടരായി. ഭക്ഷണത്തിനുവേണ്ടി രക്തസാക്ഷികളായ ഹോർമോൺ കോഴികൾ വിവിധ പേരുകളിൽ പ്രത്യക്ഷപ്പെട്ടു കൊണ്ടിരുന്നു - ചിക്കൻ 65, ചിക്കൻ കൊണ്ടാട്ടം, തന്തൂരി ചിക്കൻ, ബോൺലെസ് ചിക്കൻ, ചിക്കൻ മൊളോട്ടോവ്, കടായ് ചിക്കൻ...

പ്ലേയിറ്റുകൾക്കു പിന്നിൽ വിവിധ പേരുകാരായ മനുഷ്യരും കോഴിയങ്കത്തിനു തയ്യാറായി ഇരുന്നു-

യൂസഫ്, ശശി, മൻസൂർ, സമദ്, ഫ്രാൻസിസ്, നസ്റിൻ, ജിനീഷ്....

സൂചിമുനയുള്ള തണുത്ത കാറ്റ് കോഴിയ്ക്കും കോഴിക്കോടർക്കുമിടയിലൂടെ കടന്നുപോയി.

‘നമ്മൾ മലയാളികൾ അരിയാഹാരം കഴിക്കുന്നവരാണ്’ എന്ന അഭിമാന വിശേഷണം പെട്ടെന്ന് ഓർമ്മവന്ന ചിലർ പൊറോട്ടയെ തീണ്ടാപ്പാടകലെ നിർത്തി, അരിപ്പലഹാരങ്ങൾക്കായി കാത്തിരുന്നു.

“മനുഷ്യർ പരസ്പരം തിന്നാതിരിക്കുവാനായി സ്വയം ബലിയാടാവുകയാണ് തന്റെ ജന്മലക്ഷ്യം എന്ന് അരിമണി അതിന്റെ ആത്മകഥയിൽ പറഞ്ഞിട്ടുണ്ട്.”

മൂക്കുമുട്ടെ കഴിക്കുന്നതിനിടയിൽ ബിനോയ് പറഞ്ഞ ഫലിതം കേട്ട് ശ്യാമിന്റെ വായിൽനിന്ന് ഒരു ചിരിവന്ന് തലനീട്ടി നോക്കി.

ചില്ലകൾ പിണങ്ങി വളരുന്ന ഒരു മരം ഹോട്ടൽ പരിസരത്ത് തല യുയർത്തി നിന്നിരുന്നു. പാൽ തരുന്ന ഒരു പാൽത്തൂ ജാൻവറിനെ ആ മരത്തിൽ കെട്ടിയിരുന്നു. അതുകണ്ട ഇസ്മായിൽ എന്തോ പറയാൻ തുനിഞ്ഞു. പൊല്ലാപ്പാകുമെന്ന രണ്ടാം ചിന്തയിൽ, പറയാൻ ഉദ്ദേശിച്ച വാക്കുകളെ വിഴുങ്ങി അയാൾ ഒരു കോഴിക്കാലിൽ പിടിയിട്ടു. അന്നനാള ത്തിന്റെ അസ്ഥിക്കുഴലുകൾ കോഴിത്തുടകൾക്കായി തപിക്കുന്നതറിഞ്ഞ് അയാൾ തന്റെ കർമ്മമണ്ഡലത്തിൽ ബദ്ധശ്രദ്ധനായി.

“ഹായ്, ദീപൂ-”

ഒരു ഇടിവെട്ട് ശബ്ദം കേട്ട് ഏവരും തലയുയർത്തി. ഘടാഘടിയ നായ ഒരു യുവാവ് ദീപുവിനു മുന്നിൽ വിരിഞ്ഞു നിൽക്കുന്നു.

“ഇതു പൗലോസ്. എന്റെ പഴയ ക്ലാസ്മേറ്റ്.”

ഗതകാല സ്മരണകളെ അകമ്പുറം മറിച്ചിട്ട് ദീപു ചിരിമയനായി നിന്നു.

“പൗലോസ് എന്തു ചെയ്യുന്നു?”

നാട്ടുനടപ്പ് അനുസരിച്ചുള്ള കുശലം മനുവിന്റെ ചുണ്ടിൽനിന്ന് ഉതിർന്ന് വീണു.

“എന്തും ചെയ്യും എന്ന അവസ്ഥയിലാണ്. പേരിൽപോലും മധുര മുള്ള മിഠായിത്തെരുവിൽ തല്ക്കാലം ഒരു മിഠായിക്കട നടത്തുന്നു.”

“എങ്ങോട്ടാണ് എല്ലാവരുംകൂടി?”

പൗലോസിന്റെ ജിജ്ഞാസ തീൻമേശക്കു മുന്നിൽ സട കുടഞ്ഞു.

“റിട്ടയർ ചെയ്യുന്ന സാറുമൊത്ത് ഒരു യാത്രയയപ്പു യാത്ര.”

സുലൈമാൻ ദീപുവിന്റെ താല്ക്കാലിക വക്താവായി.

“നിങ്ങളുടെ ജോലി നല്ല കായ്പിടുത്തമുള്ള കസേരയാണ്, അല്ലേ?”

പൗലോസിന്റെ പദധ്വനിയുടെ പൊരുൾ ചികഞ്ഞ് അൻസാറും ലിജുവും പരസ്പരം ഒളികണ്ണിട്ടു നോക്കി. മനസിലാകായ്ക ബൈജുവിന്റെ മുഖത്തും നിഴലിട്ടുനിന്നു.

പെൻഷൻ സാറിന്റെ പ്രസരിപ്പു നിറഞ്ഞ മുഖത്ത് നോക്കി പൗലോസ് തന്റെ പ്രസ്താവനക്ക് ആശയവ്യക്തത വരുത്തി -

“ടൂ ഏർലി റ്റു റിട്ടയർ. സാരമില്ല. നിന്നാലും ചരിഞ്ഞാലും പന്തീരാ യിരം എന്നാണല്ലോ സർക്കാർ ഉദ്യോഗസ്ഥരെപ്പറ്റിയുള്ള ചൊല്ല്.”

“പെൻഷന്റെ സുരക്ഷിതത്വമാണ് പൗലോസിന്റെ വാക്കുകളിലെ വ്യംഗ്യം.”

രാജേഷിനോട് അഖിലേഷ് അടക്കം പറഞ്ഞു. അർത്ഥം ഗ്രഹിച്ച ഹസന്റെ മുഖം തെളിഞ്ഞു.

പൗലോസ് എന്ന വർത്തമാന മഹാവീരൻ തന്റെ നാവാടൽ തുടർന്നു-

“ഇപ്പോൾ അടുത്തൂൺ പറ്റി പോകുന്ന തലമുറ, ഒരു ജന്മത്തിൽ ഇരു ജീവിതങ്ങൾക്കു സാക്ഷ്യം വഹിച്ചവരാണ്. വിവര സാങ്കേതികവിദ്യയിലേക്കു പെറ്റുവീഴുന്ന ഇന്നത്തെ തലമുറയ്ക്കും, വിജ്ഞാന വിസ്ഫോടനത്തെപ്പറ്റി ഒന്നുമറിയാതെ ചത്തു കെട്ടുപോയ പഴയ തലമുറയ്ക്കുമിടയിലുള്ള പേവലമായ കണ്ണി. മഷിത്തണ്ടുകൊണ്ട് സ്ലേയ്റ്റ് മായിച്ചു നടന്ന ബാല്യത്തിന്റെയും, ഇൻലാന്റ് ലെറ്റർ വഴി ഹൃദയ രഹസ്യങ്ങൾ കൈമാറിയ യൗവ്വനത്തിന്റെയും വ്യാകുല ദൂരങ്ങൾക്കിപ്പുറം, സാങ്കേതിക സംജ്ഞകൾ നിറഞ്ഞ ഐ.റ്റി. യിലേക്ക് വിജയകരമായി കുടിയേറി ഇരട്ടജീവിതം നയിച്ചൊരു തലമുറ. നാട്ടുനന്മയുടെ നുറുങ്ങു വെട്ടത്തിൽനിന്ന് വിവര വിപ്ലവത്തിന്റെ വെൺപ്രഭയിലേക്ക് കാലം പരകായപ്രവേശം നടത്തിയതിന് നേർസാക്ഷിയായവർ. കാളവണ്ടിയിലും ബുള്ളറ്റ് ട്രെയിനുകളിലും യാത്ര ചെയ്യാൻ അവസരം ലഭിച്ച ഇത്തരക്കാർ തികച്ചും ഭാഗ്യവാന്മാരാണ്”.

പൗലോസ് കണ്ണിൽനിന്നു മറഞ്ഞപ്പോൾ നദീത അഭിപ്രായപ്പെട്ടു-

“ആൾ ഒരല്പം വശപ്പിശക് ആണെന്നു തോന്നുന്നു?”

“സുരപാന രുചിയിമ്പങ്ങളിൽ മുഴുകി, ജീവിതം കാക്ക കൊത്തിപ്പോയ ഒരു വിദ്വാനാണ് പൗലോസ്. പാവം.”

സഹപാഠിയെ ദീപു വെള്ളപൂശി.

“ഇയാൾക്ക് മിഠായിക്കടയോ അതോ പുട്ടുകടയോ?”

സരള സന്ദേഹിയായി.

“മിഠായിക്കട എന്നല്ലേ പറഞ്ഞത്?”

ബാബുവിനെ വിഷ്ണു ചോദ്യരൂപത്തിൽ നോക്കി.

“എജ്ജാതി തള്ളലാണ്. അതുകൊണ്ട് ചോദിച്ചു പോയതാണ്.”

സരള നിറഞ്ഞു ചിരിച്ചു.

പൗലോസിനോടുള്ള ചൊരുക്ക് ഈരടിയായി തീൻമേശക്കരികിൽ ചുറ്റിത്തിരിഞ്ഞു -

“തൈലാദി വസ്തുക്കളശുദ്ധമായാൽ
പൗലോസു തൊട്ടാലതു ശുദ്ധമാകും.”

"സ്കൂളിൽ പഠിച്ചതാണ്. സന്ദർഭം വ്യക്തമല്ല."

ലത്തീഫ് ചിരിച്ചു.

ചായകുടി കഴിഞ്ഞു.

യാത്രികരുടെ വയറ്റിനുള്ളിൽ കോഴികൾ സുരക്ഷിതരായി ചേക്കേറി.

മീശയും രോമവുമുള്ള ഏതോ നാടൻകിഴങ്ങ് നിറച്ച ചാക്കിനു ചാരെ ഒരമ്മ ഹോട്ടൽ വരാന്തയിൽ ഇരിക്കുന്നുണ്ടായിരുന്നു. കുറുക്കു വഴികളിലൂടെയാണ് അവർ യൗവ്വനത്തിൽ നിന്ന് വാർദ്ധക്യത്തിലേക്ക് പ്രവേശിച്ചതെന്ന് ആ മ്ലാനവദനം സാക്ഷ്യം പറഞ്ഞു. മരണത്തിന്റെ ചുരം കയറിപ്പോയ വീട്ടച്ഛന്റെ ഓർമ്മ ആ മുഖത്ത് കല്ലിച്ച് കിടക്കുന്നതായി എനിക്കു തോന്നി. രണ്ടുപേർ നാട്ടുകിഴങ്ങിനു വിലപേശുന്നതു കണ്ട അഖിൽ ഖേദത്തോടെ പറഞ്ഞു-

"സ്വന്തം ഉല്പന്നത്തിന് വില നിശ്ചയിക്കാൻ അവകാശമില്ലാത്ത ഒരേയൊരു വിഭാഗമാണ്, കർഷകർ. കൃഷീവലന്മാർ കൃഷികൊണ്ടു വലയുന്നതിന്റെ യഥാർത്ഥ കാരണക്കാർ നാം തന്നെയാണ്."

കൊട്ടാരം പോലൊരു കാർ ഹോട്ടൽമുറ്റത്ത് വന്നുനിന്നു. കാറിൽ നിന്നിറങ്ങിയ നവദമ്പതികൾ ലോക്കുകട്ടകൾ നിരത്തിയ ഹോട്ടൽ അങ്കണത്തിൽ കാലുകുത്തി. ഗ്രീക്കു ഡോക്ടറായ അസ്ക്കലേപ്പിയസിന്റെ ചിഹ്നമായ, ദണ്ഡിൽ പിണഞ്ഞു കിടക്കുന്ന ഇരുസർപ്പങ്ങളുടെ ചിത്രം, അവരുടെ കാറിന്റെ മുൻചില്ലിൽ പതിച്ചിരുന്നു. ഈസും വാസും ചേരും പടി ചേർത്ത ആംഗലേയ വാചകങ്ങൾ സമൃദ്ധമായി പുറന്തള്ളി അവർ ഹോട്ടലിനുനേരെ നടന്നു.

"ഡോക്ടറുടെ സ്ത്രീധനക്കാർ ആണെന്നു തോന്നുന്നു"-

ഉണ്ണി ശബ്ദമൊതുക്കി സിജുവിനോട് പറഞ്ഞു.

യുവതിയുടെ ശരീരം സ്വർണ്ണത്തിൽ പൊതിഞ്ഞിരുന്നു. ചലിക്കുന്ന സ്വർണ്ണഖനി പോലെ കാണപ്പെട്ട അവരുടെ ദേഹത്ത് കണ്ണോടിച്ച് ജിംനേഷ് പരിഹാസം ചൊരിഞ്ഞു-

"ഇന്ത്യക്കാരന്റെ സ്വത്ത് അവന്റെ ഭാര്യയാണെന്ന് സായ്പ് പറഞ്ഞതിന്റെ പൊരുൾ ഇപ്പോഴാണ് മനസ്സിലായത്."

വെള്ളയും വെള്ളയുമണിഞ്ഞ സുവിശേഷ പ്രസംഗകൻ ഒലിപെരുക്കിയിലൂടെ കത്തിക്കയറുകയായിരുന്നു-

"ഈ ഭൂമിയിലെ സർവ്വ ചരാചരങ്ങളുടെയും ഓരോ പ്രവൃത്തിയിലും അവന്റെ ദൃഷ്ടികൾ പതിയുന്നുണ്ട്. കാരണം അവന്റെതന്നെ സൃഷ്ടിയാണല്ലോ ഈ സുന്ദരഭൂമിയും."

“എന്റെ നാട് മാത്രം മനുഷ്യസൃഷ്ടിയാണ്. ആറ്റിൽനിന്ന് ചേറ് കുത്തിയെടുത്ത് കുട്ടനാട്ടിലെ ഭൂമി ഉണ്ടാക്കിയത് കഠിനാദ്ധ്വാനികളായ മനുഷ്യരാണ്.”

മഞ്ജുവിന്റെ വാക്കുകൾ വിശറിപോലെ വിടർന്നു.

ഭക്ഷണത്തിന്റെ നിർവൃതിയിൽ ഓരോരുത്തരായി ബസ്സിൽ കയറി. അവരോടൊപ്പം ഭടന്റെ കഥയും ബസ്സിനുള്ളിൽ കയറിപ്പറ്റി.

ഇരുളിന്റെ കൊട്ടാരത്തിലേക്ക് പകൽ യാത്രയായ നേരം. രാജാവിന്റെ മുഖഭാവ ചമൽക്കാരങ്ങൾ വായിച്ചെടുത്ത മന്ത്രി, നല്ലനേരം നോക്കി ആ കഠിനവാർത്ത പൊന്നുതമ്പുരാനുമായി പങ്കുവെച്ചു.

“തീക്കട്ടയിലാണ് ഉറുമ്പിന്റെ വാസം, അല്ലേ?”

രാജാവിന്റെ ആദ്യ പ്രതികരണം അതായിരുന്നു. അരവട്ടനായ ആ രാജാവിന്റെ മനോരഥങ്ങൾ പലവഴി പാഞ്ഞു. കേവലമൊരു ഭടനു മുന്നിൽ സ്നേഹം നിവേദ്യമാക്കിയ പൊന്നോമന മകളെക്കുറിച്ചുള്ള ഓർമ്മകൾ രാജമനസ്സിൽ കൂമ്പാരമായി.

“രസകരമായൊരു മുട്ടൻ പണിതന്നെ കൊടുക്കണം”-

രാജാവ് തീരുമാനിച്ചു.

ആശയത്തിന്റെ കാല്പനികതയിൽ മന്ത്രിയെ നോക്കി പ്രജാപതി മന്ദഹസിച്ചു. മന്ത്രിയുടെ മുഖത്ത് ഒരു തൊമ്മിച്ചിരി തെളിഞ്ഞു.

താൻ കെട്ടിപ്പൊക്കിയ മനക്കോട്ടകൾക്കിടയിലൂടെ വിനോദയാത്ര നടത്തുകയായിരുന്ന ഭടനോ, കുളിരിൽ അന്യോന്യം കമ്പിളിപ്പുതപ്പുകളായ നിമിഷങ്ങളെപ്പറ്റി ഓർത്ത് നിർവൃതി കൊള്ളുകയായിരുന്ന രാജകുമാരിയോ രാജതന്ത്രം അറിഞ്ഞതേയില്ല.

“ഉടൻതന്നെ ഭടനെ തുറങ്കിലടയ്ക്കുക. ശിക്ഷാചത്വരത്തിന്റെ ഇരുവശത്തുമുള്ള ഓരോ മുറിയിലും യഥാക്രമം കരുത്തനായൊരു സിംഹത്തേയും, അതിസുന്ദരിയായൊരു കന്യകയെയും പാർപ്പിക്കുക. സൂര്യദേവൻ നാളെ തന്റെ യാത്രയാരംഭിക്കുന്ന നേരം, ഭടൻ രണ്ടിലൊരു വാതിൽ തുറക്കട്ടെ. മലർക്കെ തുറന്ന വാതിലിലൂടെ പുറത്തു വരുന്നത് വരണമാല്യമേന്തിയ കന്യകയാണെങ്കിൽ, അവളെ വധുവാക്കി രാജകൊട്ടാരത്തിനടുത്ത് ഭടൻ സസുഖം വാഴട്ടെ. മറിച്ചായാൽ, വിശന്നു വലഞ്ഞ മൃഗരാജനാൽ അവന്റെ പ്രാണവിടുതി സംഭവിക്കുന്നതിന് ആബാലവൃദ്ധം ജനങ്ങൾ സാക്ഷ്യം വഹിക്കട്ടെ.”

രാജകല്പന ദേശമെങ്ങും വിളംബരം ചെയ്യപ്പെട്ടു.

Ramith

കോട്ടുവായിട്ട് ഉറക്കത്തെ പിടിച്ചെടുക്കാൻ കിടന്ന മര്യാദാ പുരുഷോത്തമന്മാരും, ദരിദ്രനാരായണിമാരും, ഭക്തവത്സലരുമടങ്ങുന്ന പ്രജകൾ നേരം വെളുക്കാനായി കണ്ണിലെണ്ണയൊഴിച്ച് കാത്തുകിടന്നു.

രാത്രി ശവാസനത്തിൽ ശയിച്ചു. കുഴമറിഞ്ഞ ചിന്താവിന്യാസങ്ങളിൽ രാജകുമാരി ഉരുകി. പ്രണയത്തിന്റെ നാഗദംശനമേറ്റ ആ കാമിനീഹൃദയത്തിൽ പെരുമ്പറ മുഴങ്ങി. മനസിൽ നിറഞ്ഞുകിടക്കുന്ന ഓർമ്മകളെ മറവിക്കു ദാനംചെയ്യാൻ എളുപ്പമല്ലെന്നവൾ അറിഞ്ഞു. തന്നെ ജീവനു തുല്യം സ്നേഹിച്ചു എന്ന ഒറ്റക്കാരണം കൊണ്ടു മാത്രമാണ് ജനിമൃതികളുടെ തുലാസിൽ ഭടന്റെ ജീവന്റെ വിലപേശൽ നടക്കുന്നത്. അനുഭൂതി പകർന്നുനല്കിയ അവന്റെ ശരീരത്തിന്റെ സുഖമേഖലകളിൽ സിംഹദംഷ്ട്രകൾ ആഴ്ന്നിറങ്ങുന്ന ദൃശ്യം അവളിൽ ഞെട്ടലുളവാക്കി. ഒപ്പം, അതിസുന്ദരിയായൊരു കന്യകയോടൊപ്പം തന്റെ കൺമുന്നിലൂടെ വരണമാല്യമണിഞ്ഞ് നടന്നു നീങ്ങുന്ന പ്രിയതമന്റെ ദൃശ്യവും അവളിൽ തീ പടർത്തി. കൂടും ചാരി നിന്നവൾ അവനെയും കൊണ്ടു പോകുന്ന രംഗം കുമാരിയിൽ സ്പർദ്ധ നിറച്ചു. പ്രേമത്തിന്റെ വിതയുടെ ആ വിളവെടുപ്പ് കാഴ്ചയിൽ അവൾ തപിച്ചു. എന്തു ചെയ്യണം? രാജകുമാരിയുടെ ചിന്തകൾ പെരുക്കപ്പട്ടിക പോലെ നീണ്ടു. തന്നോടു തന്നെ വാദപ്രതിവാദം നടത്തി രാജകുമാരി അവശയായി.

കൊട്ടാരമൊന്നാകെ ഉറക്കത്തിലേക്കു മൂടിപ്പുതച്ചു കിടന്നു. ചിന്തകളുടെ കേവുഭാരം രാജകുമാരിക്ക് അസഹ്യമായിത്തീർന്നു. ഇരുട്ടിന്റെ മറപറ്റി രാജകുമാരി കൂടാരകാവൽക്കാരനെ തേടിയിറങ്ങി.

“ഇതാ, ആയിരം പൊൻപണം. പറയൂ, ഏത് അറയിലാണ് സിംഹം? ഏത് അറയിലാണ് കന്യക?”

പൊൻപണത്തിന്റെ തിളക്കത്തിൽ കണ്ണു മഞ്ഞളിച്ച കാവൽക്കാരന്റെ ഹൃദയ അറകളിൽ നിന്ന് മഹാരഹസ്യം ചോർന്നു.

രാത്രിയുടെ മൂർദ്ധാവിൽ നിലാവു വന്നു തൊട്ടു. അപ്പോഴും ഭടൻ അശാന്തിപർവ്വം താണ്ടുകയായിരുന്നു. തനിക്കിപ്പോൾ കേമദ്രുമദോഷയോഗമാണെന്നയാൾ ഓർത്തു - ഗുണവും ദോഷവും മാറി മാറി വരുന്ന യോഗം. നേരം വെളുക്കുമ്പോൾ തനിയ്ക്ക് ഏതു യോഗമായിരിക്കും?

പ്രഭാതം പൊട്ടിവിടർന്നു. ആകാംക്ഷ പരന്നൊഴുകുന്ന പ്രഭാതം.

ജനതതിയ്ക്കു മുന്നിലൂടെ ഭടൻ ശിക്ഷാചത്വരത്തിനു നേരെ നീങ്ങി. അപരിചിതമായൊരു പ്രദർശന വസ്തുവിനെയെന്നവണ്ണം പ്രജകൾ ഭടനെ നോക്കി. വാക്കില്ലായാചനകൾ ഭടന്റെ മുഖത്ത് പറ്റിപ്പിടിച്ചു നിന്നിരുന്നു. ഒരു കൈയ്യകലത്തിൽ, വാതിലിനു പിന്നിൽ, വിധി ആയാളെ

കാത്തുനിന്നു. വിറളിപൂണ്ട ഭടന്റെ കണ്ണിലെ ജലസ്രോതസ്സുകൾ ചുരന്നു. അയാളുടെ കണ്ണുനീർ പരശതം കണ്ണുകളിലൂടെ ഒഴുകി.

"ഉം, ഇഷ്ടമുള്ളൊരു വാതിൽ തുറക്ക്."

ഇരിപ്പിടമാംസം ഇളക്കി രാജാവ് ചാടി എഴുന്നേറ്റു. തദനന്തരം വാതിലുകൾക്കു നേരെ ചൂണ്ടി കല്പന പുറപ്പെടുവിച്ചു. തന്റെ ജീവന്റെ സമയ വിവരപ്പട്ടിക ഇപ്പോൾ രാജകുമാരിയുടെ കൈകളിലാണ് എന്ന് അയാൾ അറിഞ്ഞു. തന്നെ നോക്കിക്കൊതിപ്പിക്കാറുള്ള വലിയ കണ്ണുകൾക്കായി അയാൾ രാജാങ്കാണത്തിലെക്കു നോക്കി. അവരുടെ കണ്ണുകൾ ഇടഞ്ഞു. സൂചി വീണാൽ കേൾക്കാവുന്നത്ര നിശബ്ദത അങ്കണത്തിൽ കളിയാടി. സ്തബ്ധമായ നിശബ്ദതയിൽ രാജകുമാരിയുടെ നിശ്ചയദാർഢ്യമുള്ള മിഴികൾ ഉരിയാടി -

"ആ വാതിൽ തുറക്കൂ."

നോട്ടങ്ങളുടെ വ്യാകരണം ഗ്രഹിച്ച ഭടൻ, രാജകുമാരിയുടെ കണ്ണാംഗ്യത്തിനനുസൃതമായി വാതിൽ തുറന്നു. പിൻവലിക്കാനാവാത്തൊരു സ്ഥിരനിക്ഷേപം താൻ നടത്തിയിരിക്കുന്ന ആ യുവതിയെ അയാൾ പൂർണ്ണമായി വിശ്വസിക്കുകതന്നെ ചെയ്തു.

പ്രജകളുടെ ആയിരം ഭയാശങ്കനേത്രങ്ങൾ അപ്പോൾ അവിടേക്കു നീണ്ടുവരുന്നുണ്ടായിരുന്നു. ഉദ്വേഗം തീണ്ടി നാശകോശമായ മുഖത്തോടെ അവരോരോരുത്തരും സൂക്ഷിച്ചു നോക്കി-

വാതിൽ തുറന്നപ്പോൾ പുറത്തു വന്നത് സിംഹമോ കന്യകയോ?

"പറയൂ, ഭടന് എന്തു സംഭവിച്ചു?"

സഹപ്രവർത്തകരുടെ ചോദ്യശരങ്ങൾക്കു മുന്നിൽ ഞാൻ മൗനിയായി.

ഋതുസംക്രമപ്പക്ഷിയുടെ വായ്ത്താരി കേട്ട് ബസ്സിലിരിക്കുമ്പോൾ ഞാനും ആലോചിക്കുകയായിരുന്നു -

പുറത്തു വന്നത് സിംഹമോ കന്യകയോ?

(കഥക്ക് ഫ്രാങ്ക്.ആർ.സ്റ്റോക്ടൺ എന്ന അമേരിക്കൻ ചെറുകഥാകൃത്തിനോട് കടപ്പാട്)

❖❖

പാലുകാച്ചൽ

പാലുകാച്ചൽ

മടക്കയാത്രയിലായിരുന്ന ഞങ്ങൾ കൊച്ചിയിൽ വണ്ടി നിർത്തി. 'കോച്ച' എന്ന് വിളിപ്പേരുള്ള യഹൂദരുടെ നാടാണ് കൊച്ചി. എറണാകുളത്തിന്റെ പ്രാന്തപ്രദേശത്തുള്ള വെള്ളക്കെട്ട് നിറഞ്ഞ്, ആൾ പാർപ്പില്ലാതെ കിടന്നിരുന്ന ആ ദ്വീപിന് കൊച്ചി എന്ന പേര് വരാൻ കാരണം ജൂതന്മാരുടെ അങ്ങോട്ടുള്ള കുടിയേറ്റമാണ്. കോച്ചത്തെരുവിലെ പരദേശി സിനഗോഗിന് സമീപത്ത് ഒതുക്കി നിർത്തിയ കാറിൽനിന്ന് ചരിത്രം അയവിറക്കിക്കൊണ്ട് ഞാൻ പുറത്തിറങ്ങി. എനിക്കു പിന്നാലെ ജോസും കൊച്ചിയുടെ മണ്ണിൽ കാലുകുത്തി. കാറിന്റെ ഡിക്കിയിൽ സൂക്ഷിച്ചിരുന്ന പെയിന്റിംഗിൽ നിസംഗമായി കണ്ണോടിച്ച ശേഷം അൻവറും പുറത്തേക്ക് ഇറങ്ങി വന്നു.

ശരീരത്തെ അതിന്റെ ബലാബലങ്ങളിൽ നിന്ന് മുക്തമാക്കി, ഒരുവേള വിശ്രാന്തി നുകർന്ന്, യാത്രാക്ഷീണം കുടഞ്ഞെറിയണം. ജലത്താൽ ബന്ധിതമായ ഈ മരതകദ്വീപ് തന്നെയാണ് അതിനുപറ്റിയ ഇടം. അറബിക്കടലിന്റെ റാണിയുടെ മാറിലേക്ക് ഊർന്നിറങ്ങുമ്പോഴും പക്ഷേ, അൻവറിന്റെ മുഖത്ത് വ്യസനത്തിന്റെ കറുപ്പ് നിഴലിച്ചിരുന്നു.

“അവൾ നമ്മളെ കബളിപ്പിക്കുകയായിരുന്നു.”

പലവട്ടം ആവർത്തിച്ച ആ സങ്കടവാക്കുകൾ വീണ്ടും അൻവറിന്റെ നാവിൽ നിന്നും പുറത്തുവന്നു.

സ്വാസ്ഥ്യത്തിന്റെ വള്ളിക്കുടിലുകൾ പണിഞ്ഞ് പാതയോരത്തെ തീനിടങ്ങളിൽ ഇരിപ്പുറപ്പിച്ച വിദേശീയരെ പിന്നിട്ട് ഞങ്ങൾ മൂവരും നിശബ്ദരായി മുന്നോട്ടു നീങ്ങി. സ്ഥായിയായ വിതാനത്തിൽ ജീവിതം ശാന്തമായി ഒഴുകുന്ന ആ തെരുവിലൂടെ ഒരുപറ്റം വിദ്യാർത്ഥികൾ ആരവങ്ങളോടെ ഞങ്ങളെ കടന്നുപോയി. കാലം അനക്കമറ്റു കിടക്കുന്ന ജൂതത്തെരുവ് സന്ദർശിച്ചു മടങ്ങുന്നവരായിരുന്നു, അവർ.

കടൽക്കാഴ്ച നുകർന്ന്, വിമൂകരാകാൻ പറ്റിയ താവളം തേടിയായിരുന്നു, ഞങ്ങളുടെ പദയാത്ര. ഹോട്ടലാക്കി മാറ്റിയൊരു ഡച്ച് പൈതൃക ഭവനത്തിൽ ഞങ്ങളുടെ യാത്ര അവസാനിച്ചു.

കാപ്പിക്കപ്പുകൾക്കു മുന്നിൽ മുഖം സമർപ്പിച്ച് ജോസ് ചടഞ്ഞിരുന്നു. ഓളപ്പരപ്പിലെ പ്രാചീന ചീനവലകളിൽ ദൃഷ്ടിയൂന്നിയിരുന്ന അൻവറിന്റെ വാക്കുകൾ പൊടുന്നനവെ ഈച്ചമൂളലായി മച്ചകങ്ങളിൽ തട്ടി നിന്നു -

"അവൾക്ക് ഇരട്ട മുഖമാണ്."

ഞാനും അപ്പോൾ ആലോചിച്ചിരുന്നത് അവളെക്കുറിച്ച് തന്നെ യായിരുന്നു - അലീന എന്നു പേരുള്ള ഞങ്ങളുടെ പ്രിയ സഹപ്രവർത്ത കയെപ്പറ്റി.

അലീനയെ ഞങ്ങൾ സന്ധിച്ച നാൾവഴികളിലേക്ക് മനസ്സ് പിൻനടത്തങ്ങളിൽ മുഴുകി.

മൂന്നിനൊന്ന് എന്നതായിരുന്നു ഓഫീസിലെ പതിവ് അസിസ്റ്റന്റ്- ഓഫീസർ അനുപാതം. അതിൻ പ്രകാരം, ടീച്ചറമ്മ എന്ന ചെല്ലപ്പേരുള്ള പരമ സാത്വികയായൊരു സെക്ഷൻ ഓഫീസറും, അൻവറും ജോസും ഞാനും അടങ്ങുന്ന നാൽവർ സംഘം ഒരു സെക്ഷനിൽ കഴിഞ്ഞു കൂടുകയായിരുന്നു. വാരി വലിച്ച് ചെയ്തിട്ടും ഓഫീസിലെ കടലാസു പണികൾ കൂമ്പാരമാകാൻ തുടങ്ങി. കുമിഞ്ഞുകൂടുന്ന ജോലിഭാരത്താൽ ഖിന്നരായ ഞങ്ങൾ, നാലാമതൊരു സഹായിക്കായി മുറവിളി തുടങ്ങി.

"ഇനി വരുന്നയാൾ നിങ്ങൾക്ക്."

സഹികെട്ട അധികാരി ആണയിട്ടു.

ഞങ്ങൾക്ക് ആശ്വാസമായി.

നിയമന ഓഫീസിൽ ഒരു കണ്ണ് പണയം വെക്കാനും, വിവരം കൈമാറാനായി അവിടെയുള്ള ഒരാളെ ശട്ടം കെട്ടാനും ജോലിത്തിരക്കി നിടയിലും ഞങ്ങൾ സമയം കണ്ടെത്തി.

നിയമന ഓഫീസിലെ ആപത്ബാന്ധവന്റെ അടയാളവാക്യം ഒരു ദിവസം ഞങ്ങൾക്കു ലഭിച്ചു-

"തെക്കു തെക്കൊരു ദേശത്തുനിന്ന് അലീന എന്നൊരു പെൺകൊടി ഇന്ന് രാവിലെ രംഗപ്രവേശം ചെയ്യുന്നതാണ്."

ഞങ്ങൾ ഉണർന്നു. ഉത്തിഷ്ഠതേ ജാഗ്രതൈ. വേറൊരു ഓഫീസി ലേക്കും അലീനയെ റാഞ്ചിക്കൊണ്ടു പോകാതിരിക്കാനായി നിയമന ഓഫീസിനു ചുറ്റും ജാഗ്രതാവലയം തീർത്ത്, കണ്ണിൽ എണ്ണയൊഴിച്ച് ഞങ്ങൾ കാത്തിരുന്നു. ഓഫീസ് പരിസരത്തെത്തുന്ന ഓരോ വാഹനവും സസൂക്ഷ്മം സ്കാൻ ചെയ്ത് ഞങ്ങൾ മുഷിഞ്ഞു. അപ്പോഴാണ് ഒരു ചെറുപ്പക്കാരി ബൈക്കിൽ വന്നിറങ്ങുന്നത് ഞങ്ങളുടെ ദൃഷ്ടിയിൽ പതിഞ്ഞത്.

"അതാണ് അലീന"-

ജീൻസും സ്റ്റോൺവാഷ് ഷർട്ടും ധരിച്ച ആ സുന്ദരിയെ ചൂണ്ടി ആരോ പറഞ്ഞു.

നവാഗതയെ ഔദ്യോഗികമായി കരസ്ഥമാക്കി വിജയശ്രീലാളിതരായി നടക്കുന്നതിനിടയിൽ ജോസിന്റെ പതിഞ്ഞ സ്വരം കേട്ടു -

"മെരുങ്ങാൻ അല്പം പാടാണെന്നു തോന്നുന്നു."

അൻവറും സ്വകാര്യമായി ആ ആശങ്ക പങ്കുവെച്ചു.

എന്നാൽ, അവരുടെ നിഗമനം പാടെ തെറ്റിയെന്ന് വരുംദിനങ്ങൾ സാക്ഷ്യപ്പെടുത്തി. സൗമ്യമായ പെരുമാറ്റംകൊണ്ട് അലീന ഓഫീസിലെ ഇഷ്ടതാരമായി മാറി. തൂമന്ദഹാസം കൊണ്ട് എല്ലാവരുടെയും മനസു കീഴടക്കുവാൻ അലീനക്കു കഴിഞ്ഞു. ദിനം തോറും വ്യത്യസ്ഥ വേഷഭൂഷാദികൾ അണിഞ്ഞ്, സൗന്ദര്യത്തിന്റെ പുതുവർണ്ണരാജികൾ ചമച്ചാണ് അലീന ഓഫീസിൽ വന്നുകൊണ്ടിരുന്നത്. സാരിയും ചുരിദാറും ജീൻസുമെല്ലാം വടിവൊത്ത ആ ശരീരത്തിന് നന്നായി ഇണങ്ങി. മോടിയിൽ അണിഞ്ഞൊരുങ്ങി ജോലിക്കെത്തുന്ന അലീനയുടെ കടാക്ഷമേൽക്കാൻ കൊതിക്കുന്ന ആരാധകർ ഏറെയുണ്ടെന്ന് ഇതിനിടയിൽ ഞങ്ങൾ മനസിലാക്കി. സൗന്ദര്യധാമമായ ആ ഗായികയുടെ മുന്നിൽ പെടുന്ന ചിലരെങ്കിലും തങ്ങൾക്ക് ഹനുമാൻ കോംപ്ലക്സ് അനുഭവപ്പെടുന്നതായി എന്നോട്ട് സ്വകാര്യമായി വെളിപ്പെടുത്തി.

സാർ, മാഡം വിളികൾ തീരെ പരിചിതമല്ലാത്ത ഓഫീസ് അന്തരീക്ഷമാണ് ഞങ്ങളുടേത്. ആൺ പെൺ ഭേദമന്യേ സെക്ഷൻ ഓഫീസർ എന്ന പദത്തെ ചുരുക്കിക്കൂട്ടി ഹ്രസ്വരൂപമാക്കി എസ്.ഓ. എന്ന് കാലങ്ങളായി ഞങ്ങൾക്കിടയിൽ വിളിച്ചുപോന്നു.

ജോലിയിൽ പ്രവേശിച്ചതിന്റെ അടുത്തൊരു നാൾ എസ്.ഓ. അലീനയോടു തിരക്കുന്നത് ഞങ്ങൾ കേട്ടു -

"മിസ്റ്റർ എന്തു ചെയ്യുന്നു?"

"ഹോട്ടൽ ബിസിനസാണ്"-

അലീന മറുപടി നൽകി.

"പണക്കൊഴുപ്പിന്റെ രഹസ്യം ഇപ്പോഴാണ് പിടി കിട്ടിയത്."

എണ്ണിച്ചുട്ട അപ്പം പോലെ കിട്ടുന്ന ശമ്പളം കൊണ്ട് അരിഷ്ടിച്ച് കഴിഞ്ഞു കൂടുന്ന ജോസിന്റെ ശബ്ദത്തിൽ അസൂയ കലർന്നിരുന്നു.

അലീനയിൽനിന്ന് ജോസ് ഒരു നിശ്ചിത അകലം പാലിച്ചിരുന്ന കാര്യം എനിക്കറിയാമായിരുന്നു.

ഒരു ദിവസം ജോസിനോട് അലീന ചോദിച്ചു-

"എന്താണൊരു അകൽച്ച പോലെ?"

"അധികം അടുക്കാതിരിക്കുന്നതാണ് നല്ലതെന്ന് തോന്നി, അത്രതന്നെ. ആ കരപ്പുറംകാരുടെ കുശാഗ്രത നിറഞ്ഞ കയ്യിലിരുപ്പ് ഉൾക്കൊള്ളാനേ എനിക്കു കഴിയുന്നില്ല. വാച്ചിൽ നോക്കി കൃത്യസമയം മനസിലാക്കി, 10 മിനുട്ട് അങ്ങോട്ടോ ഇങ്ങോട്ടോ മാറ്റിപ്പറയുന്നതു പോലെയുള്ള നിങ്ങളുടെ രീതികൾ എനിക്കിഷ്ടമല്ല."

ജോസിന്റെ മുഖമടച്ചുള്ള മറുപടി കേട്ട് അലീന ക്ഷോഭിക്കുമെന്നാണ് ഞങ്ങൾ കരുതിയത്. അവൾ നിറഞ്ഞു ചിരിച്ചു. എന്നിട്ടു പറഞ്ഞു-

"സമീപകാലം വരെ രാജഭരണം നിലനിന്നിരുന്ന ഒരു പ്രദേശമാണ്, ഞങ്ങളുടേത്. മഹാരാജാവിന് എമ്പാടും ശത്രുക്കൾ ഉണ്ടായിരുന്നു. തമ്പിമാരും എട്ടുവീട്ടിൽ പിള്ളമാരുമടങ്ങുന്ന പ്രബലമായ ശത്രുപക്ഷം. മുന്നിൽ നിൽക്കുന്നവൻ രാജകിങ്കരനോ ശത്രുചാരനോ എന്ന് തിരിച്ചറിയാൻ പ്രജകൾക്ക് എളുപ്പമായിരുന്നില്ല. സത്യസന്ധതക്ക് ചിലപ്പോൾ നൽകേണ്ടി വരുന്നത് കഴുത്തിനു മുകളിലെ തല ആണെന്ന ഭയത്തിൽ നിന്നാണ് ഞങ്ങളിൽ ആരോപിക്കപ്പെട്ട കയ്യിലിരുപ്പ് ഉടലെടുത്തത്. ജാത്യാലുള്ളത് തൂത്താൽ പോകാത്ത മട്ടിൽ പിന്നീടത് ശീലമായി. കരക്കാരുടെ ആപത്ശങ്കയിൽ നിന്ന് ഉയിർ കൊണ്ട്, തഴക്കം വന്ന നിതാന്തജാഗ്രതയാണ് നിങ്ങൾ ആരോപിക്കുന്ന ഈ കർമ്മ കൗശലം."

അലീനയുടെ തുറന്നുപറച്ചിൽ കേഴ്‌വിക്കാരായ ഞങ്ങളുടെ ഉള്ള് പൊള്ളിച്ചു. പാവം അലീന - ഞങ്ങൾ മനസിൽ പറഞ്ഞു.

"ചങ്കെടുത്തു കാണിച്ചാലും ചെമ്പരത്തിപ്പൂവാണെന്ന് കരുതുന്നത് നിന്റെ സ്ഥിരം സ്വഭാവമാണ്. വടക്കനായ നീയുമൊരു വെടക്കനാണെന്നു മറക്കരുത്."

ജോസിനെ ഞാൻ ശാസിച്ചു.

ആ സംഭാഷണത്തോടെ ജോസ് മയപ്പെട്ടു. അലീനയുമായി ജോസ് ചങ്ങാത്തത്തിലായി.

ദിവസങ്ങൾ നീങ്ങി.

ഒരു ദിവസം എസ്.ഒ. വലിയൊരു രഹസ്യം പുറത്തുവിട്ടു.

"അറിഞ്ഞോ? നമ്മുടെ അലീന പുതിയൊരു വീട് പണിയുന്നു, അങ്ങ് നാട്ടിൽ."

ഞങ്ങൾക്ക് അത്ഭുതം തോന്നിയതേയില്ല. ആ വീടിന് വളരെയധികം വിസ്തീർണം ഉണ്ടാകുമെന്ന് മാത്രം ഞങ്ങൾ സങ്കല്പിച്ചു.

"കൊട്ടാരം പോലുള്ള വീട് ആയിരിക്കും, അല്ലേ?"

അൻവർ ചോദിച്ചു.

മറുപടിയായി അലീന പുഞ്ചിരിച്ചു.

സ്വന്തമായൊരു വീടു നിർമ്മാണത്തെക്കുറിച്ച് ചിന്തിക്കാൻ പോലും ശേഷിയില്ലാതിരുന്ന ഞാൻ പറഞ്ഞു-

"ചെലവു ചെയ്യണം."

"അതിനെന്താ, ആവാമല്ലോ."

അലീന മന്ദസ്മിതം തൂകി.

"പണിയുന്ന വീട്ടിൽ എയർകണ്ടീഷണർ ഉണ്ടോ?"

ജോസിന്റെ ജിജ്ഞാസ അണപൊട്ടി.

"കൂടുമ്പോൾ ഇമ്പമുള്ള ഇടമാണ് കുടുംബം എന്നാണല്ലോ ചൊല്ല്. എയർ കണ്ടീഷണറേക്കാൾ കുളിർമ കണ്ടെത്താൻ കഴിയുക കുടുംബത്തിലുള്ള മനുഷ്യരുടെ ഹൃദയങ്ങളിലാണ്."

അലീന മറുപടി പറഞ്ഞു.

ആ ഉത്തരം കേട്ടു ഞങ്ങൾക്കു കുളിരുകോരി. എന്ത് എളിമ. എന്തൊരു വിനയം. ഞങ്ങളുടെ മനസിൽ അലീനയെക്കുറിച്ചുള്ള ആദരവിന്റെ ഗ്രാഫ് കുത്തനെ ഉയർന്നു. ഓഫീസിലെ റാണിയായി അലീന പരിലസിച്ചുകൊണ്ടേയിരുന്നു.

ദിവസങ്ങൾ ശാന്തമായി കടന്നുപോയി.

ഒരു ശനിയാഴ്ച അലീന ഞങ്ങളോടായി പറഞ്ഞു-

"അടുത്ത ചൊവ്വാഴ്ച വീടിന്റെ പാലുകാച്ചലാണ്. എല്ലാവരെയും ക്ഷണിക്കുകയാണ്. ഒത്തിരി ദൂരമുള്ളതുകൊണ്ട് നിങ്ങളാരും വരുമെന്നു കരുതുന്നില്ല. അതുകൊണ്ട് ഇന്നു വൈകുന്നേരം എന്റെ വക ഒരു പാർട്ടിയുണ്ട്. അൻവറിന്റെ കാറിൽ നമുക്കെല്ലാവർക്കും ടൗണിലേക്കു പോകാം."

ആദ്യമൊന്ന് മടിച്ചെങ്കിലും ഞങ്ങളോടൊപ്പം എസ്. ഓ. ടൗണിൽ വരികയും പാർട്ടിയിൽ പങ്കെടുക്കുകയും ചെയ്തു. പാർട്ടി ഗംഭീരമായിരുന്നു. പങ്കെടുത്ത എല്ലാവരുടെയും മനസ് നിറഞ്ഞു; വയറും.

"ഈ ചക്കരക്കുട്ടനെ എനിക്കു വേണം. ഞാനിതങ്ങോട്ട് എടുക്കുവാ."

ശർക്കരവരട്ടിയുടെ ഒരു കവർ പൊതിഞ്ഞെടുത്തു കൊണ്ട് ജോസ് പറഞ്ഞു.

"ഞാൻ ഇനി ഒരാഴ്ച ലീവിലാണ്."

അലീന അറിയിച്ചു.

അന്നുരാത്രി അവൾ നാട്ടിലേക്കു തീവണ്ടി കയറി.

തിങ്കളാഴ്ച ഓഫീസ് സമയം. അലീന ഒരുക്കിയ വിരുന്നിനെപ്പറ്റി പുകഴ്ത്തിപ്പറഞ്ഞ് സമയം കൊല്ലുകയായിരുന്ന ഞങ്ങളോടായി എസ്. ഓ. ചോദിച്ചു-

"എന്താണ് അടുത്ത പരിപാടി?"

അർത്ഥം മനസിലാവാതെ ഞങ്ങൾ പരസ്പരം നോക്കി.

"അലീനയുടെ പാർട്ടിയിൽ പങ്കെടുത്താൽ മാത്രം മതിയോ? ആ വീടു വരെയൊന്നു പോവേണ്ടതല്ലേ?"

എസ്.ഓ. പറയുന്നത് അക്ഷരം പ്രതി ശരിയാണെന്ന് ഞങ്ങൾക്കു തോന്നി. പക്ഷേ, എങ്ങനെ? അലീനയുടെ വീട് എവിടെയാണെന്ന് പോലും ഞങ്ങൾക്ക് യാതൊരു ഊഹവും ഉണ്ടായിരുന്നില്ല.

"വേണമെങ്കിൽ ചക്ക വേരിലും കായ്ക്കും."

തന്റെ ചെറുപ്പകാലത്തു പഠിച്ചുവെച്ചതും, സന്ദർഭത്തിനിണങ്ങുന്നതുമായ ഒരു പഴഞ്ചൊല്ല് ടീച്ചറമ്മ പുറത്തെടുത്തു.

"വർക്കിംഗ് ഡേ അല്ലേ? ഞങ്ങൾ ഒന്നിച്ചു ലീവെടുത്താൽ-?"

അവസാനത്തെ ഒഴികഴിവിൽ അഭയം തേടാൻ ജോസ് പണിപ്പെട്ടു.

"അതു സാരമില്ല, ഇവിടുത്തെ കാര്യങ്ങൾ ഞാൻ നോക്കിക്കൊള്ളാം."

അലീനയുടെ വീടിന്റെ പാലുകാച്ചലിന് ഞങ്ങൾ സന്നിഹിതരാകണമെന്ന് സാത്വികയായ അവർക്ക് നിർബന്ധമാണെന്ന് എനിക്കു മനസിലായി. അലീനയുടെ വിരുന്നിൽ പങ്കെടുത്തതല്ലേ, ഒരു കടം മനസിൽ കിടക്കേണ്ട - അവരുടെ ചിന്തകളെ ഞാൻ വായിച്ചെടുത്തു.

'എങ്കിൽ പിന്നെ ഇതൊന്ന് മുത്തിയിട്ടുതന്നെ കാര്യം'-

തിരക്കിനിടയിൽ പെട്ടുപോയ വിശ്വാസി പണ്ടു പറഞ്ഞ വാചകം ഞാൻ ഓർത്തു. അങ്ങിനെയാണ് സർവ്വീസ് ബുക്ക് സൂക്ഷിക്കുന്ന സെക്ഷനിൽ നിന്ന് അലീനയുടെ മേൽവിലാസം ഞാൻ സംഘടിപ്പിച്ചത്.

"വെറും കയ്യോടെ പോയാൽ മതിയോ? എന്തെങ്കിലും ഉപഹാരം നൽകേണ്ടതല്ലേ?"

എസ്.ഓ. ചോദിച്ചു.

ഞങ്ങൾ കൂടിയാലോചനകളിൽ മുഴുകി.

“എന്തെങ്കിലുമെന്നു വെച്ചാൽ കപ്പോ, സോസറോ, വില കുറഞ്ഞ ക്ലോക്കോ ഒന്നുമല്ല ഞാൻ ഉദ്ദേശിച്ചത്. ആ വീടിന് അലങ്കാരമാകുന്ന കലാസൃഷ്ടികളെന്തെങ്കിലും-”

ഇത്രയും പറഞ്ഞ് തന്റെ മാസശമ്പളത്തിന്റെ നേർ പകുതിയോളം വരുന്ന തുക എസ്. ഒ. എനിക്കു നേരെ നീട്ടി. പോകുന്ന വഴിക്ക് തൃശൂർ ടൗണിൽനിന്ന് കൊള്ളാവുന്ന പെയിന്റിംഗ് വർക്ക് വാങ്ങാമെന്നു കണക്കുകൂട്ടി ആ പണം ഞാൻ കൈപ്പറ്റി.

“നിനക്ക് ഡ്രൈവിംഗ് അറിയാമോ?”

ജോസ് എന്റെ നേരെ തിരിഞ്ഞു.

എന്റെ മുഖത്ത് വൈക്ലബ്യം നിറഞ്ഞു.

ഞങ്ങൾ യാത്ര തിരിച്ചു.

വാളയ്ക്കു വേണ്ടി ഇറങ്ങിയതാണെങ്കിലും, കയ്യിൽ തടയുന്ന കല്ലേമുട്ടിയെ വിട്ടുകളയുന്ന സ്വഭാവം ജോസിനില്ലായിരുന്നു.

“പെരുമ്പാവൂരിനടുത്ത് എന്റെയൊരു ആന്റി താമസിക്കുന്നുണ്ട്. അവിടെയൊന്നു കേറിയിട്ടു പോകാം.”

ജോസ് പറഞ്ഞു.

“ആന്റിയും അങ്കിളുമെല്ലാം മടക്കയാത്രയിൽ.”

കാറിന്റെ വേഗത കൂട്ടുന്നതിനിടയിൽ അൻവർ പറഞ്ഞു.

സന്ധ്യയായി.

തുടർന്ന് രാത്രി ഇഴഞ്ഞുവന്നു. കാറോടും ഇടങ്ങളിലെങ്ങും നക്ഷത്രദീപങ്ങൾ തിരുമിഴി തുറന്ന് ഞങ്ങളുടെ യാത്ര നോക്കിക്കിടന്നു. കേരളം മൊത്തത്തിലൊരു ടൗൺഷിപ്പാണെന്ന് ഉദ്ഘോഷിച്ചുകൊണ്ട് കച്ചവടസ്ഥാപനങ്ങൾ റോഡിനിരുപുറവും ഇടതൂർന്ന് വളർന്നു നിന്നു. കണ്ണായ സ്ഥലങ്ങളിൽ സ്ഥാപിച്ചിരുന്ന ഇലക്ട്രോണിക് ബോർഡുകളിൽ, 2Kയ്ക്കു സ്വാഗതം എന്നും, വെൽക്കം 2K എന്നുമുള്ള അക്ഷരങ്ങൾ വെള്ളിവെളിച്ചത്തിൽ കുളിച്ചു നിൽക്കുന്നുണ്ടായിരുന്നു.

“ഇതാരാ ഈ 2K?”

അൻവർ ചോദിച്ചു.

“പിറക്കാൻ പോകുന്ന രണ്ടായിരാമാണ്ടിന് സ്വാഗതം എന്നാണതിന്റെ അർത്ഥം”-

ജോസ് വിശദീകരിച്ചു.

നൂറ്റാണ്ടിൽ നിന്ന് നൂറ്റാണ്ടിലേക്ക് സംക്രമിക്കാൻ വെമ്പി നിൽക്കുന്ന കാലത്തിലൂടെയാണ് നമ്മുടെ യാത്രയെന്ന് പറയാൻ ഞാൻ തുനിഞ്ഞെങ്കിലും പിന്നീടത് വേണ്ടെന്നു വെച്ചു.

പാതിരാവിന്റെ നിശബ്ദതയിലൂടെ കാർ മുന്നേറി. മാറി മാറി കാറോടിക്കുന്ന അൻവറിന്റെയും ജോസിന്റെയും ഉറക്കത്തെ വഴി തിരിച്ചു വിടാനായി ആദ്യന്തം ഞാൻ വായാടിയായി. ശബ്ദസാഗരത്തിലാറാടി കാർ മുന്നേറിക്കൊണ്ടിരുന്നു.

ബേക്കർ സായ്പിന്റെ നിർമ്മിതിയായ പിരിയൻ ഗോവണി രൂപമുള്ള കോഫിഷോപ്പിനു മുന്നിൽ കാർ എത്തിച്ചേർന്നു.

"തലസ്ഥാനമെത്തി."

അൻവർ പറഞ്ഞു.

"തലസ്ഥാനം ഇപ്പോഴും കാൽസ്ഥാനത്തു തന്നെ."

ഭരണ സിരാകേന്ദ്രം തെക്കേ അറ്റത്തായതിന്റെ വടക്കൻ പരിഭവം ജോസിന്റെ വാക്കുകളിൽ നിറഞ്ഞു നിന്നു.

"എന്നാലും സാരമില്ല. എന്തൊക്കെയായാലും മടക്കയാത്രയിൽ തല, സ്ഥാനത്തുതന്നെ കാണുമെന്ന് ഉറപ്പാണല്ലോ."

തന്റെ നാട്ടിലെ രാഷ്ട്രീയാതിപ്രസരത്തെക്കുറിച്ചാണ് അൻവറിന്റെ പരാമർശമെന്ന് മനസിലാക്കിയെങ്കിലും ജോസ് പ്രതികരിച്ചില്ല.

ഇനി എങ്ങോട്ട്?

അലീനയുടെ വിലാസം രേഖപ്പെടുത്തിയ തുണ്ടുകടലാസ് കൈയിലേന്തി ജോസ് നാലുപാടും നോക്കി. ഉറക്കച്ചടവുള്ള മുഖവുമായി അല്പമകലെ ഒരു മദ്ധ്യവയസ്ക്കൻ ഏകനായി നിൽക്കുന്നത് ഞങ്ങളുടെ കണ്ണിൽ പതിഞ്ഞു.

"ഈ സ്ഥലം അമ്പൂരിക്ക് അടുത്താണ്. കുറേ ദൂരമുണ്ട്."

തുണ്ടുകടലാസിലൂടെ കണ്ണോടിച്ച് അയാൾ അറിയിച്ചു.

"യാത്ര ചെയ്യേണ്ട ദിശ ഒന്നു പറഞ്ഞുതരാമോ?"

അൻവർ ചോദിച്ചു.

"ഞാനും അങ്ങോട്ടാണ്. സാറന്മാർക്കു സമ്മതമാണെങ്കിൽ ഈ വണ്ടിയിൽ ഞാനും കൂടെ വരാം."

അയാൾ പറഞ്ഞു.

"നൂറുവട്ടം സമ്മതം."

ഞങ്ങൾ ആനന്ദതുന്ദിലരായി.

താൻ ഒരു വാചകവീരൻ ആണെന്ന് കാറിൽ കയറിയ ഉടൻതന്നെ അയാൾ തെളിയിച്ചു. ദീർഘയാത്ര കഴിഞ്ഞു വരുന്ന വഴിയാണെന്നും, വാഹനം കാത്ത് നിൽക്കുകയായിരുന്നുവെന്നും, ഈ വണ്ടി കിട്ടിയത് ഉപകാരമായെന്നും ആമുഖമായി അയാൾ അറിയിച്ചു. തുടർന്ന് തന്റെ കുടുംബചരിത്രം മുഴുവൻ അയാൾ ഞങ്ങൾക്കു മുന്നിൽ നിരത്തി. ഭാര്യയുടെ ദുർനടപ്പും മകന്റെ ചീത്ത സംസർഗങ്ങളുമെല്ലാം മറയില്ലാതെ അയാൾ തുറന്നു പറഞ്ഞു. കുടുംബപുരാണം പറഞ്ഞു കഴിഞ്ഞപ്പോൾ തന്റെ നാടിന്റെ ചരിത്രവും ഐതിഹ്യവും അയാൾ വിവരിക്കാൻ തുടങ്ങി-

"എട്ടുവീട്ടിൽ പിള്ളമാരുടെ ആക്രമണം ഭയന്ന് വനത്തിൽ ഒളിച്ച മാർത്താണ്ഡവർമ്മയെ കാണിക്കാരന്മാർ ഒളിവിൽ പാർപ്പിച്ചത് അമ്പൂരി നെല്ലിക്കാമലയിലുള്ള ദ്രവ്യപ്പാറയിലാണ്. മാർത്താണ്ഡവർമ്മയെ മലമുകളിൽ എത്തിക്കുവാനായി ആദിവാസികൾ കരിംപാറയിൽ കൊത്തിയുണ്ടാക്കിയ 101 പടികളിൽ മിക്കവയും ഇന്നും ചരിത്രശേഷിപ്പുകളായി അവശേഷിക്കുന്നുണ്ട്. അമ്പൂരി എന്ന പേരിനു പിന്നിൽ രസകരമായൊരു കഥയുണ്ട്. രാവിലെ നട്ട്, ഉച്ചയ്ക്ക് കതിരിട്ട്, വൈകുന്നേരം കൊയ്തെടുക്കാവുന്ന പ്രത്യേകതരം നെൽവിത്ത് ആദിവാസികളുടെ പക്കൽ പണ്ടുകാലത്ത് ഉണ്ടായിരുന്നു. അന്ന് ഊരി എടുക്കാവുന്ന നെല്ല് വിളഞ്ഞിരുന്ന ഇടം എന്ന അർത്ഥത്തിൽ അന്നൂരി എന്ന് ഈ പ്രദേശം അറിയപ്പെട്ടു. അന്നൂരി എന്ന പദം ക്രമേണ അമ്പൂരി എന്നായിത്തീർന്നു."

സ്ഥലനാമചരിത്രം പൂർത്തിയാക്കിയ അയാൾ ധൃതിയിൽ ദ്രവ്യപ്പാറയുടെ ഐതിഹ്യത്തിലേക്കു പ്രവേശിച്ചു.

"1500 അടി ഉയരത്തിൽ സ്ഥിതിചെയ്യുന്ന ഗുഹാക്ഷേത്രമാണ് ദ്രവ്യപ്പാറ. ദ്രവ്യം എന്നാൽ പണം എന്നാണല്ലോ അർത്ഥം. പണത്തിനായി നട്ടം തിരിയുന്ന അമ്പൂരിവാസികൾക്ക് ആവശ്യമുള്ള പണം ദ്രവ്യപ്പാറയിൽ കുടികൊള്ളുന്ന ദേവത നൽകിപ്പോന്നു. പാറയുടെ വടക്കുവശത്തുള്ള ഭീമാകാരമായ വാതിലിനടുത്തു വന്ന് ദേവതയോട് പണത്തിനായി വിളിച്ചു ചൊല്ലി ഉറക്കെ അപേക്ഷിക്കണം. കണ്ണടച്ചു പ്രാർത്ഥിക്കുന്നതിനിടയിൽ തെക്കുവശത്തെ വാതിലിനു സമീപമുള്ള താലത്തിൽ ദേവതയോട് അപേക്ഷിച്ച തുക നിറയും. ഈ തുക ദേവതക്ക് മടക്കിക്കൊടുക്കേണ്ടതുണ്ട്. ആവശ്യം നിവർത്തിച്ചു കഴിഞ്ഞ് പണം കൈവശമെത്തുന്ന മുറയ്ക്ക് ദേവത നൽകിയ അത്രയും പണം ഗുഹാമുഖത്തെ പാത്രത്തിൽ നിക്ഷേപിച്ച് ഉപചാരം ചൊല്ലി തിരികെപ്പോകണം. പണം എടുക്കുമ്പോഴോ തിരികെ നൽകുമ്പോഴോ വാതിലിനുള്ളിലൂടെ നോക്കാൻ പാടില്ല എന്നത് അലിഖിത നിയമമാണ്. ഒരിക്കൽ പണം മടക്കി നൽകുന്നതിനിടയിൽ ഒരു യുവാവ് വാതിലിനുള്ളിലേക്ക് പാളി

നോക്കി. നൂൽബന്ധമില്ലാത്ത ദേഹത്തോടെ ഒരു യുവതി പണവുമെടുത്ത് ഗുഹക്കുള്ളിലേക്ക് നടന്നു മറയുന്നത് ഒരു മിന്നായം പോലെ അയാൾ കണ്ടു. യുവാവ് തന്നെ കണ്ടു എന്നറിഞ്ഞ യുവതി കോപിഷ്ടയാവുകയും ഉടനടി അന്തരീക്ഷത്തിൽ വെള്ളിടി വെട്ടുകയും ചെയ്തു. ദ്രവ്യപ്പാറയുടെ കൂറ്റൻ വാതിൽ അന്ന് അശരണർക്കു മുന്നിൽ എന്നന്നേക്കുമായി അടഞ്ഞു. ദേവത പ്രസാദിക്കുമെന്നും, പ്രതിസന്ധി ഘട്ടങ്ങളിൽ ദ്രവ്യം വീണ്ടും കരഗതമാക്കാമെന്നുമുള്ള പ്രതീക്ഷയിൽ ഇന്നും ഭക്തജനങ്ങൾ ആ ഗുഹാക്ഷേത്രത്തിൽ പൂജകൾ നടത്താറുണ്ട്."

ചരിത്ര കുതുകികളായ ഞങ്ങൾ അയാളുടെ വാചകമേളയിൽ ലയിച്ചിരുന്നു.

അയാൾ നിർദ്ദേശിച്ച വഴികളിലൂടെ കാർ ഓടിക്കൊണ്ടേയിരുന്നു. കുറേ ദൂരം യാത്ര ചെയ്തപ്പോൾ ഒരു പോക്കറ്റ് റോഡ് ചൂണ്ടിക്കാട്ടി അയാൾ പറഞ്ഞു-

"നമുക്ക് ഇതുവഴി പോകാം."

പോക്കറ്റ് റോഡിലൂടെ ഒരുപാടു ദൂരം സഞ്ചരിച്ചപ്പോൾ ഓടുമേഞ്ഞ ഒരു ചെറിയ വീട് ദൃഷ്ടിയിൽ പെട്ടു.

"ഇവിടെ നിർത്തണം"-

അയാൾ പറഞ്ഞു.

"ഇതാണോ അലീനയുടെ വീട്?"

ഞങ്ങൾ അത്ഭുതം കൂറി.

"അല്ല. ഇത് എന്റെ വീട് ആണ്. വന്ന വഴിയിലൂടെ തന്നെ തിരികെ യാത്ര ചെയ്ത് മെയിൻ റോഡിലെത്തി ഇടത്തേക്ക് തിരിഞ്ഞു പോയാൽ നിങ്ങൾ പറഞ്ഞ സ്ഥലത്ത് എത്തും."

ഒരു മൂളിപ്പാട്ടോടെ അയാൾ തന്റെ വീട്ടിലേക്ക് നടന്നു കയറുന്നത് നോക്കിക്കൊണ്ട് അൻവർ വണ്ടി തിരിച്ചു.

വഴി വായിലാണ് എന്ന ആപ്തവാക്യം മുറുകെപ്പിടിച്ച് ഞങ്ങൾ മുന്നേറി. അനുമാനിച്ചും ഊഹിച്ചും ചോദിച്ചും പറഞ്ഞുമായി ഒടുക്കം ഞങ്ങൾ ലക്ഷ്യത്തിൽ എത്തിച്ചേർന്നു. അരയിൽ റബ്ബർക്കൂട തൂക്കിയ കറുത്തു കുറുകിയ ഒരു റബ്ബർവെട്ടുകാരനാണ് ഞങ്ങളെ നേർവഴി കാട്ടിയത്.

"സൂക്ഷിച്ചു നോക്കൂ, അങ്ങു ദൂരെ ഒരു പീടിക കാണുന്നില്ലേ?"

അയാൾ ഞങ്ങളുടെ കാഴ്ചശക്തി പരിശോധിച്ചു.

ഞങ്ങൾ നോക്കി. പക്ഷേ, പീടിക കണ്ണിൽ പെട്ടില്ല.

"അവിടെ റജി ഉണ്ട്. അയാളെ കണ്ടാൽ മതി."

റബ്ബർകത്തിയുടെ പിടികൊണ്ട് മുതുക് ചൊറിഞ്ഞ്, റബ്ബർ പാലിന്റെ വെൺമയുള്ള മനസിന്റെ ഉടമയായ അയാൾ നടന്നകന്നു.

ആ പീടിക ഒരു ഓലഷെഡായിരുന്നു. ശ്രീവിദ്യയുടെ മുഴുനീള ചിത്രമുള്ളൊരു വർണ്ണകലണ്ടർ പീടികയുടെ മുളഭിത്തിയിൽ തൂങ്ങിക്കിടന്നിരുന്നു. ആ കലണ്ടറിന് ചുവട്ടിൽ 'ഇന്നു രൊക്കം, നാളെ കടം' എന്ന് കരിക്കട്ട കൊണ്ട് രേഖപ്പെടുത്തിയിരുന്നു. നിറം മങ്ങിയ ഒരു ജോഡി മരബെഞ്ചുകളും, മരക്കഷണങ്ങൾ തല്ലിക്കൂട്ടിയുണ്ടാക്കിയ രണ്ട് ഡസ്ക്കുകളും ആ പീടികക്കു മുന്നിൽ ഉണ്ടായിരുന്നു. പീടികക്കുള്ളിൽ അരഭിത്തിയിൽ കാണപ്പെട്ട സമോവർ തണുത്തുറഞ്ഞിരുന്നു. മുറ്റത്തു വെച്ചിരുന്ന വാവട്ടമുള്ള ആസ്ബസ്റ്റോസ് വട്ടകയിൽ ഒരു കാക്ക ദാഹജലം തെരയുന്നത് ഞങ്ങൾ കണ്ടു.

"റബ്ബർടാപ്പിംഗ് തൊഴിലാളികൾ ചായ കുടിക്കുന്ന കടയാണിത്. ഇന്ന് ഇത് തുറന്നിട്ടില്ല."

ജോസ് പറഞ്ഞു.

ഞങ്ങൾ വിഷാദിച്ചു നിന്നു.

"ആരെ കാണാനാ?"

നാട്ടുകാരനായൊരാൾ അവിടെ പ്രത്യക്ഷപ്പെട്ടു.

"റജി."

ഞാൻ പറഞ്ഞു.

"ദാ, ആ നിൽക്കുന്നതാണ് റജി."

ടാർറോഡിൽ നിന്ന് അല്പം വിട്ടകന്ന് നിലകൊണ്ട ഒരു കോൺക്രീറ്റ് വീടിന്റെ ടെറസിൽ നിൽക്കുന്ന ഒരാളെ അയാൾ ചൂണ്ടിക്കാട്ടി. റോഡരികിൽ കാർ പാർക്ക് ചെയ്ത് ആ വീട് ലക്ഷ്യമാക്കി ഞങ്ങൾ നടന്നു.

പുതിയതായി പണി കഴിപ്പിച്ച ആ വീടിന്റെ മുൻവശത്തേക്ക് ടാർപോളിൻ ഷീറ്റ് വലിച്ചു കെട്ടുന്ന പണിയിലേർപ്പെട്ടിരിക്കുകയായിരുന്നു, സുമുഖനായ ആ ചെറുപ്പക്കാരൻ. അയാൾ ഞങ്ങളെ ചോദ്യരൂപത്തിൽ നോക്കി.

"റജി-?"

അൻവർ ചോദിച്ചു.

"ഞാനാണ് റജി."

പടുതയുടെ വക്കിലുള്ള സുഷിരത്തിൽ പ്ലാസ്റ്റിക് കയർ തിരുകി ക്കടത്തുകയായിരുന്ന അയാൾ സൗമ്യനായി പറഞ്ഞു.

ആ വീടും പരിസരവും ഞാൻ ഒന്നോടിച്ചു നോക്കി.

തേപ്പുപണി പൂർത്തിയാക്കാത്ത ചെറിയൊരു വീടായിരുന്നു, അത്. പാതി തുറന്നു കിടന്ന മുൻവശത്തെ വാതിലിനിടയിലൂടെ വീടിനകം ദൃശ്യമായിരുന്നു. നിലംപണി ഇനിയും ബാക്കിയാണ്. മുറ്റത്തിന്റെ ഒരു മൂലയിൽ ഒന്നിനു മുകളിൽ ഒന്നായി അട്ടിവെച്ച നിലയിൽ കുറേ പ്ലാസ്റ്റിക് കസേരകൾ കാണാമായിരുന്നു.

ഭിത്തിയിൽ ചാരിവെച്ച ഇരുമ്പു കോണിയിലൂടെ താഴേക്ക് ഇറങ്ങു ന്നതിനിടയിൽ റജി ഉറക്കെ പറഞ്ഞു-

"ഇന്ന് ചായക്കട തുറന്നതേയില്ല. നിങ്ങൾ എന്നെ അവിടെ തിരക്കിയിരിക്കും, അല്ലേ?"

മുറ്റത്തെ മണ്ണിലേക്ക് ചാടിയിറങ്ങിയ റജിയോട് ജോസ് പറഞ്ഞു-

"അലീന എന്നൊരു-"

"ഓ, ലീനയെ കാണാൻ വന്നവരാണോ? അവൾ നല്ല തിരക്കിലാണ്. ഇന്ന് ഞങ്ങളുടെ വീടിന്റെ പാലുകാച്ചൽ ചടങ്ങാണ്. ഞാൻ ലീനയെ വിളിക്കാം."

റജി വീടിനുള്ളിലേക്കു നടന്നു. ഞങ്ങൾ നിശബ്ദരായി നിൽക്കുന്ന തിനിടയിൽ അലീന ഞങ്ങൾക്കു നേരെ നടന്നടുത്തു. വെള്ളമുണ്ടും കളർബ്ലൗസും ധരിച്ച അലീനയുടെ ഉടുമുണ്ടിൽ തൂങ്ങി കോമളനായൊരു ബാലനും ഞങ്ങൾക്കരികിലേക്കു വന്നു.

"നിങ്ങൾ വന്നു, അല്ലേ?"

വ്യാഖ്യാനിക്കാൻ വിഷമമുള്ളൊരു വാചകം അലീനയുടെ വായിൽ നിന്നു ഉതിർന്നുവീണു.

മുഖം മനസിന്റെ കണ്ണാടിയാണ് എന്ന പഴഞ്ചൊല്ലിൽ നിറയെ പതിരാണെന്ന് തിരിച്ചറിഞ്ഞ് ഞങ്ങൾ കസേരകളിൽ സ്ഥാനം പിടിച്ചു.

ചായ കഴിക്കുന്നതിനിടയിൽ അൻവർ എന്നെ തോണ്ടി.

"കാറിനുള്ളിലെ പെയിന്റിംഗ്?"

"മിണ്ടരുത്"-

ഞാൻ പറഞ്ഞു.

മടക്കയാത്രയിൽ അൻവർ തികച്ചും അസ്വസ്ഥനായിരുന്നു.

"മനസിനെ വിഷാദം പൊതിയുന്നു. ഒന്നു വിശ്രമിക്കണം."

"കൊച്ചിയെത്തട്ടെ."

വാഹനത്തിന്റെ സാരഥ്യം ഏറ്റെടുത്തുകൊണ്ട് ജോസ് അൻവറിനെ സമാശ്വസിപ്പിച്ചു.

കൊച്ചിയുടെ അഴിമുഖത്ത് കുഞ്ഞോളങ്ങൾ അലതല്ലുന്നത് നോക്കിയിരിക്കുമ്പോഴും ഞങ്ങളുടെ മനസു നിറയെ അലീനയായിരുന്നു - പാവം അലീന.

❖❖

ഓർക്കാപ്പുറങ്ങളിൽ
ഒരു ചതി

ഓർക്കാപ്പുറങ്ങളിൽ ഒരു ചതി

പാണമ്പ്ര നാഗവളവിൽ ബസ് മറിഞ്ഞ് കുറേ ആളുകൾ മരണ മടഞ്ഞതിന്റെ തൊട്ടടുത്ത ആഴ്ചയിലാണ് ആ വളവിനടുത്ത വാടകവീട് വിടാൻ ഞാൻ തീരുമാനിച്ചത്. ദന്തനിരകൾ പോലെ സഹകരിച്ച് കഴിഞ്ഞിരുന്ന അന്തേവാസികളെ പിരിയാൻ മനസ്സുണ്ടായിരുന്നില്ല. എങ്കിലും, ഓർമ്മയുടെ തെമ്മാടിക്കുഴിയിൽ നിന്ന് ഉയർന്നു വരുന്ന രോദന ങ്ങൾ, മരണ വളവിലെ വാസസ്ഥലം മാറാൻ പ്രേരിപ്പിച്ചു കൊണ്ടിരുന്നു. മനസിന്റെ ചാവുകടലിൽ കറുത്ത മരണത്തിന്റെ ദൃശ്യങ്ങൾ പൊങ്ങ് തടിയായി കിടക്കാൻ തുടങ്ങിയതോടെ മറ്റൊരു വാടകവീട് സങ്കല്പ ത്തിൽ നിറഞ്ഞു. അങ്ങനെയാണ് ശിവരാമൻനായരുടെ പഴയ ലൈൻമുറി വീട് കണ്ടെത്തിയത്.

ടൂറിസ്റ്റ് ഹോട്ടലെന്ന മുന്തിയ പേരുള്ള കൊച്ചു ചായക്കടയിലെ രുചി നിറഞ്ഞ ഭക്ഷണവും, ഷീബാ ടാക്കീസിലെ മസാലപ്പടങ്ങളും ഉപേക്ഷിച്ച് പുതിയ താവളം ലക്ഷ്യമാക്കി നീങ്ങാൻ തയ്യാറെടുപ്പുകൾ തുടങ്ങി.

“നേരാണോ നീ പറയുന്നത്?”

വാർത്തയറിഞ്ഞ സഹമുറിയന്മാർ വ്യസനം പകുത്തു.

‘‘അറിയാവുന്ന സത്യങ്ങൾ പറഞ്ഞുതീർക്കാൻ തന്നെ സമയം തികയുന്നില്ല. പിന്നെ, ഞാനെന്തിനു കളവു പറയണം.?”

മറുപടി കാര്യമാത്രപ്രസക്തമായിരുന്നു. അന്തിക്കൂട്ടുകാരുടെ സ്നേഹ വായ്പിനു മുന്നിൽ തീരുമാനത്തിന് ഇളക്കം തട്ടാതിരിക്കാനായി ഞാൻ കടുപ്പിച്ചു നിന്നു.

“പച്ച ബജാജ് സ്കൂട്ടറുള്ള ആ മെഡിക്കൽ റെപ്പും മറ്റും താമസിക്കുന്ന കെട്ടിടത്തിലേക്കാണോ മാറുന്നത്?”

ഹൃദയലാഘവം വീണ്ടെടുത്ത ഒരു സുഹൃത്ത് തിരക്കി.

‘അതെ’ എന്ന അർത്ഥത്തിൽ ഞാൻ തല ഇളക്കി.

“പ്രേതങ്ങളെ ഭയന്ന് നീ ചെന്നുകയറാൻ പോകുന്നത് ചെകുത്താൻ മടയിലേക്കാണ്, കെട്ടോ.”

അവൻ പറഞ്ഞു.

"പച്ചിരുമ്പു കാട്ടിയാൽ ഭയപ്പെട്ടു പോകുന്ന സാധുക്കളാണ് പ്രേതങ്ങൾ. എന്നാൽ, പച്ചിരുമ്പ് പിഴിഞ്ഞ് വെള്ളമെടുക്കുന്ന മനുഷ്യരുമുണ്ടെന്ന് നീ വൈകാതെ മനസിലാക്കും."

താക്കീതിന്റെ സ്വരത്തിൽ അവൻ സംസാരിച്ചു.

പ്രതിശീർഷ മാസവാടക കൂടുന്നവന്റെ നിരുത്സാഹ വാക്കുകൾക്ക് മൗനംകൊണ്ട് ഞാൻ മറുപടി നൽകി.

ശിവരാമൻ നായരുടെ ആ വാടകവീട്ടിൽ മൊത്തം നാലു മുറികളായിരുന്നു. അവയിൽ മൂന്നും വാടകയ്ക്കു നൽകിക്കഴിഞ്ഞിരുന്നു. എന്റെ മുറിയുടെ വലതുവശം ബാലകൃഷ്ണനും ഇടതുവശം രാജുവും താമസിക്കുന്നുവെന്നും, മൂന്നാമൻ ഒരു മെഡിക്കൽ റെപ്രസന്റേറ്റീവാണെന്നും, അയാൾ മിക്കവാറും ടൂറിലാണെന്നും ഇതിനകം ഞാൻ മനസിലാക്കിയിരുന്നു.

വിശാലമായൊരു തൊടിയുടെ ഓരം ചേർന്നായിരുന്നു ആ വാടകക്കെട്ടിടം സ്ഥിതി ചെയ്തിരുന്നത്. മാങ്ങകളിൽ മാധുര്യം നിറയ്ക്കുന്ന ഇളംകാറ്റ് അലസഗമനം നടത്തുന്ന ആ പരിസരം എനിക്ക് ഇഷ്ടമായി. ഫലമൂലാദികളാൽ സമൃദ്ധമായ ആ തൊടിയിൽ സദാ കിളിയൊച്ചകൾ മുഴങ്ങിയിരുന്നു.

ഓങ്ങാൻ പാകത്തിൽ വെട്ടുകത്തിയും പിടിച്ച് പൂവൻവാഴയ്ക്കു സമീപം നിൽക്കുന്ന ശിവരാമൻ നായരുടെ മുന്നിലേക്കാണ് കെട്ടും ഭാണ്ഡവുമായി ഞാൻ എത്തിച്ചേർന്നത്. അച്ചിങ്ങപ്പയറിന്റെ ഒരു കെട്ട് കയ്യിൽ പിടിച്ച്, പൂർവ്വ സുന്ദരിയായൊരു സ്ത്രീ ശിവരാമൻ നായരുടെ ചാരത്ത് നിന്നിരുന്നു. അവർ നായരുടെ ഭാര്യയാണെന്ന് ഞാൻ ന്യായമായും ഊഹിച്ചു. ഇരുവരുടെയുമടുത്ത്, പറിച്ചെടുത്തൊരു ചക്കയ്ക്കു കാവലാളെന്നവണ്ണം രാജു നിന്നിരുന്നു. ബാഹ്യരൂപം കണ്ട് ആളെ അളക്കരുതെന്ന് ഓർമ്മപ്പെടുത്തി, കറയൊലിപ്പിച്ച് ചക്ക കിടന്നു.

നേരിയ മുഖപരിചയത്തിന്റെ ബലത്തിൽ, എന്നോടായി രാജു പറഞ്ഞു-

"നല്ല നേരത്താണ് നിങ്ങളുടെ വരവ്. ചക്ക ഒന്നാന്തരം കണിയാണ്. ചക്കയെ സംസ്ഥാന ഫലമായി പ്രഖ്യാപിക്കാനുള്ള നീക്കത്തിലാണ്, ഗവൺമെന്റ്."

"അങ്ങനെയെങ്കിൽ ഇനിമുതൽ മംഗള കർമ്മങ്ങളിൽ തേങ്ങ ഉടയ്ക്കലിനു പകരം ചക്ക മുറിക്കൽ നടത്തുമായിരിക്കും, അല്ലേ?"

Ramith

എന്റെ വാക്കുകളിലെ അന്തർധാര മനസിലാകാത്തതു പോലെ രാജു നിന്നു.

ശിവരാമൻ നായർ ഇതിനകം ആ വാഴ വെട്ടിക്കഴിഞ്ഞിരുന്നു.

അടപടലം വീണ വാഴയിൽ കണ്ണുനട്ട് രാജു പറഞ്ഞു-

"കുടകരുടെ വിവാഹങ്ങളിലെ ഒരു ചടങ്ങാണ് വാഴവെട്ടൽ. വെട്ടിയെടുക്കാൻ യോദ്ധാക്കളുടെ തല ലഭ്യമല്ലാത്തതുകൊണ്ട് കുടകു യുവാക്കൾ വാഴവെട്ടി ചടങ്ങു പൂർത്തിയാക്കുന്നു."

രാജുവിന്റെ വാക്കുകൾ എന്നോടല്ലെന്ന മട്ടിൽ ഞാൻ നിന്നു. വെട്ടിയെടുത്ത വാഴക്കുല തഞ്ചത്തിൽ കൈയേറ്റി ശിവരാമൻ നായർക്കും ഭാര്യയ്ക്കും പിന്നാലെ രാജു നടക്കുന്നതു നോക്കി, പുതിയ വാസസ്ഥലം ലക്ഷ്യമാക്കി ഞാൻ നീങ്ങി.

അല്പ സമയത്തിനുശേഷം രാജു മുറിയിലേക്കു വന്നു. പാൽപ്പതയുടെ ശാന്തതയുണർത്തുന്ന ചിരിയോടെ രാജു പരിചയപ്പെടലിലേക്കു പ്രവേശിച്ചു.

"നാടും കൂടും ജാതിയും സ്വഭാവവും വെളിവാക്കുന്ന പേര് ആയിപ്പോയല്ലോ, നിങ്ങളുടേത്!"

എന്റെ പേരിനെപ്പറ്റി അയാൾ പരിതപിച്ചു.

"സ്കൂൾ രേഖകളിൽ എന്റെ പേര് രാജു. എ. ഫ്രാൻസിസ് എന്നാണ്. എന്നാൽ, രാജു എ.എഫ് എന്നു മാത്രമെ ഞാൻ പരിചയപ്പെടുത്താറുള്ളു. വേദിയറിഞ്ഞിട്ടു മതിയല്ലോ കളി പുറത്തെടുക്കാൻ."

കള്ളപ്പൂട്ടിട്ട ഒരു ചിരി നിമിഷാർദ്ധത്തിൽ ആ മുഖത്തു വിരിഞ്ഞു.

ഏഴു രാത്രികൾ എന്ന നാടകത്തിലെ പാഷാണം വർക്കി ഓർമ്മകളിൽ തികട്ടി. ഫോട്ടോ ഫ്രെയിമിന്റെ ഒരു വശത്ത് ഗുരുവായൂരപ്പന്റെയും, മറുവശത്ത് അന്തോണീസ് പുണ്യവാളന്റെയും ചിത്രം ഫിറ്റുചെയ്ത് വീടുതോറും പിച്ച തെണ്ടാനിറങ്ങുന്ന കഥാപാത്രം. ഹിന്ദു ഭവനങ്ങളിൽ ഗുരുവായൂരപ്പന്റെയും, ക്രൈസ്തവ വീടുകളിൽ പുണ്യവാളന്റെയും പടം കാട്ടി പിച്ച തരപ്പെടുത്തുന്ന വിരുതൻ. എഫ് എന്ന അക്ഷരത്തിൽ തുടങ്ങുന്ന പേരിന്റെ സാദ്ധ്യത ഫൽഗുനനായും ഫ്രാൻസിസായും തരംതരം വേഷപ്രച്ഛന്നത നടത്താറുണ്ടെന്ന് രാജുവിന്റെ കണ്ണുകൾ സാക്ഷ്യം പറയുന്നതായി എനിക്കു തോന്നി.

വരണ്ടൊരു ചിരിയോടെ, നിശബ്ദനായി, നവാഗതനായ എന്നെ ബാലകൃഷ്ണൻ സ്വാഗതം ചെയ്തു. ആശങ്കയുടെ ശ്ലഥകാകളി നിറഞ്ഞ

മുഖത്തുനിന്നു ലഭിച്ച ആ ചിരി പോലും ബോണസായിരുന്നുവെന്ന് വരും ദിനങ്ങളിൽ ഞാനറിഞ്ഞു. ചിന്തക്ക് ഉൽപ്രേരകം പോലെ തല ചൊറിഞ്ഞ്, പര്യാലോചനകളിൽ മുഴുകി, വാക്കുകൾക്ക് തേയ്മാനം വരാതെ കാത്ത് ബാലകൃഷ്ണൻ കഴിഞ്ഞുകൂടി. സിനിമ, ടൂർ, ആർഭാട വസ്ത്രധാരണം, മൃഷ്ടാന്ന ഭക്ഷണം ഇത്യാദികളിൽ നിന്നെല്ലാം അകന്നു നിന്നിരുന്ന അയാൾക്ക് സൗഹൃദങ്ങൾ പരിമിതമായിരുന്നു. ബാലകൃഷ്ണനെ തേടി പരവശനായ ഒരു വൃദ്ധൻ വല്ലപ്പോഴും വരാറുള്ളത് ഞാൻ ശ്രദ്ധിച്ചു. കുഞ്ഞിരാമേട്ടാ എന്ന നേർത്തൊരു വിളിയോടെ ആ അപരിചിതനെ ബാലകൃഷ്ണൻ മുറിക്കുള്ളിലേക്ക് കൂട്ടിക്കൊണ്ടു പോകുന്നത് എന്റെ സംശയദൃഷ്ടികൾ പിടിച്ചെടുക്കാറുണ്ടായിരുന്നു. കറ കളഞ്ഞ അർഗ്ഗീസായ ഒരാളാണ് ബാലകൃഷ്ണൻ എന്ന നിഗമനത്തിലേക്ക് ക്രമേണ ഞാൻ എത്തിച്ചേർന്നു.

'ഈച്ച കൂട്ടിയ തേനും, ലുബ്ധൻ നേടിയ ധനവും അന്യർക്കേ ഉപകരിക്കൂ'-

ഞാൻ സമാശ്വസിച്ചു.

ഉറക്കത്തിലേക്ക് ഞാൻ മൂടിപ്പുതയ്ക്കുമ്പോഴും രാജുവിന്റെ മുറിയിൽ മഞ്ഞവെളിച്ചം കത്തി നിന്നിരുന്നു. ഏതോ പാഠഭാഗങ്ങൾ ഹൃദ്യസ്ഥമാക്കുകയാണയാൾ- ഞാൻ ഊഹിച്ചു. ബിരുദാനന്തര ബിരുദധാരികൾക്ക് രണ്ട് അധിക ഇംക്രിമെന്റ് നൽകണമെന്ന ആവശ്യം ഉയർന്നു വന്ന കാലമായിരുന്നു, അത്. സൂപ്പർവൈസറി തസ്തികയിലേക്ക് പരിഗണിക്കുന്നതിന് പോസ്റ്റ് ഗ്രാജുവേഷൻ ആവശ്യമായി വരുമെന്ന ശ്രുതിയും ആയിടയ്ക്കു പരന്നിരുന്നു. നല്ലൊരു തട്ടകം ഒത്തുവന്നതിന്റെ ആവേശത്തള്ളിച്ചയിൽ ഗവേഷണ പടുക്കളാവാൻ പലരും തിക്കുമുട്ടുന്ന വിഷമസന്ധിയുമായിരുന്നു, ആ കാലം. മതികെട്ടാൻമല പോലെ മതിമറന്നുറങ്ങാതെ ബൾബിന്റെ വെട്ടക്കണ്ണിനു കീഴിൽ രാത്രിസമയം ചിലവഴിക്കുന്ന രാജുവിനെക്കുറിച്ച് എന്റെ അകതാരിൽ മതിപ്പു നിറഞ്ഞു.

മൗനിബാബക്കും, ശബ്ദശിരോമണിക്കുമിടയിൽ ഛത്രപതിയായി വാഴുമ്പോഴും ഇരുവരുടെയും സ്വകാര്യതാ സിദ്ധാന്തം പ്രഹേളികയായി എനിക്കു തോന്നി. രഹസ്യങ്ങളുടെ വിത്തുപേടകം പോലെ ഇടതും വലതുമുള്ള മുറികൾ സദാ അടഞ്ഞുകിടന്നു. ഇടപാടുകളും ഇടപെടലുമെല്ലാം മുറിക്കു പുറത്തുവെച്ചു മാത്രമാകാൻ രണ്ടുപേരും ശ്രദ്ധിച്ചിരുന്നു. അതുകൊണ്ടുതന്നെ ഞങ്ങൾക്കിടയിലെ ബന്ധം സ്നേഹത്തിന്റെ അടുത്ത ഘട്ടത്തിലേക്കു കടക്കാതെ തട്ടിത്തടഞ്ഞ് നിലകൊണ്ടു.

അഗോചരമായ ലക്ഷ്മണ രേഖകൾക്കിടയിൽ കഴിയുന്ന അവരിലേക്ക് ഇടിച്ചുകയറാൻ എന്തുകൊണ്ടോ മനസ് വിസമ്മതം പ്രകടിപ്പിക്കുകയും ചെയ്തുപോന്നു.

പഴുത്ത ചക്കയുടെ കൊതിഗന്ധം രാജുവിന്റെ മുറിയിൽ നിന്ന് ഇടയ്ക്കിടെ ഊർന്നിറങ്ങി വരുന്നത് നാസാരന്ധ്രങ്ങൾ പിടിച്ചെടുക്കാൻ തുടങ്ങി. വാഴക്കുലയും താങ്ങി ശിവരാമൻ നായരുടെ പിന്നാലെ നടന്നു നീങ്ങുന്ന രാജു, ദശാംശ പിരിവിന്റെ നൂതന വകഭേദങ്ങൾ കണ്ടെത്തുന്ന തറിഞ്ഞ് ഞാൻ അതിശയിച്ചു.

ഒരു ദിവസം സുന്ദരനായൊരു യുവാവ് വാടകവീട് തേടിയെത്തി. നീല ജീൻസും കോട്ടൺ ഷർട്ടും ധരിച്ച ആ സുമുഖൻ, വിദേശ സുഗന്ധദ്രവ്യ ത്തിന്റെ പരിമളവുമായി മുന്നിലെത്തി സ്വയം പരിചയപ്പെടുത്തി-

"ഞാൻ സുധീർ. ടൗണിലെ ഒരു പോലീസ് സ്റ്റേഷനിൽ കോൺസ്റ്റബി ളാണ്. ബാലകൃഷ്ണേട്ടൻ എന്റെ ഒരകന്ന ബന്ധുവാണ്."

ക്രിസ്തുമുഖമുള്ള ആ മനുഷ്യൻ പോലീസാണെന്ന് ഉൾക്കൊള്ളാൻ ഏറെ നേരം വേണ്ടിവന്നു.

"മാസങ്ങൾക്കു മുമ്പ് ബാലകൃഷ്ണേട്ടൻ രാജുവിനു കടമായി നൽകിയ അയ്യായിരം രൂപാ തിരിച്ചു നൽകുന്നതേയില്ല. അതിനെക്കുറിച്ച് സംസാരിക്കാനാണ് ഞാൻ വന്നത്."

ബാലകൃഷ്ണനും രാജുവും അപ്പോൾ അവിടെ ഉണ്ടായിരുന്നില്ല.

"ഞാൻ വന്നിരുന്നുവെന്ന് രാജുവിനോടു പറയണം."

സുധീർ എന്നോടു പറഞ്ഞു.

ഭാരം കുറഞ്ഞ സായാഹ്ന വെയിലിലേക്ക് സുധീർ ഇറങ്ങുന്നതിനിടെ ഞാൻ പെട്ടെന്നു ചോദിച്ചു-

"ബാലകൃഷ്ണന് പലിശയുടെ ഏർപ്പാടുണ്ടോ?"

ആ ചോദ്യം തൊടുക്കുമ്പോൾ എന്റെയുള്ളിൽ കുഞ്ഞിരാമന്റെ വിവശ മുഖമായിരുന്നു തെളിഞ്ഞു നിന്നിരുന്നത്.

ചോദ്യം കേട്ട് സുധീറിന്റെ തേജസുള്ള മുഖത്തെ ചിരി മാഞ്ഞു. നൊടിയിടയിൽ അയാൾ പോലീസായി മാറി. സന്ദർഭത്തിനനുസരിച്ച് സ്വഭാവം മാറ്റാൻ കഴിയുന്ന ഓന്തുകൾ കൂടിയാണ് മനുഷ്യൻ എന്ന പ്രപഞ്ചസത്യം മുന്നിൽ ദൃഷ്ടാന്തമായി. ഭാവം പകർന്ന സുധീർ എന്നെ രൂക്ഷമായി നോക്കി. നോട്ടത്തിന്റെ ശക്തികൊണ്ട് സ്പൂൺ വളയ്ക്കുന്ന ആളിനെപ്പറ്റി വായിച്ചതോർത്ത് ചകിതനായി ഞാൻ വളഞ്ഞുകുത്തി നിന്നു.

സുധീറിന്റെ വരവിനെക്കുറിച്ചറിഞ്ഞ രാജു, കടിക്കൊമ്പുകൾ കൊഴിഞ്ഞ കൊതുകു പോലെ ഒന്നു പരുങ്ങി. പിന്നെ വേതാള വേഗതയിൽ സമചിത്തത വീണ്ടെടുത്ത് മനസിൽ ചില ഹരണ ഗുണന ങ്ങൾ നടത്തി. തുടർന്ന് ബാലകൃഷ്ണന്റെ മുറിയുടെ നേരെ നടന്നു.

"നിങ്ങളും വായോ"-

നടക്കുന്നതിനിടയിൽ രാജു എന്നോടപേക്ഷിച്ചു.

വാതിൽ കുറ്റിയിട്ട്, ഏതോ പുസ്തകം വായിച്ചിരിക്കുകയായിരുന്നു ബാലകൃഷ്ണൻ. വാതിലിൽ മുട്ടു കേട്ട്, വായിച്ച പേജിന്റെയറ്റം മടക്കി പട്ടിച്ചെവി വെച്ച് പുസ്തകമടച്ച് അയാൾ എഴുന്നേറ്റു.

നിശബ്ദതയുടെ ഉച്ചകോടിയിൽ നിന്ന് പുറത്തേക്കു തല നീട്ടിയ ബാലകൃഷ്ണന്റെ ഇരുകരങ്ങളും കൂട്ടിപ്പിടിച്ച് രാജു ഗദ്ഗദകണ്ഠനായി-

"ഗതികേട്ട നേരത്ത് പണം കടം വാങ്ങിയതെന്നും തിരികെ തരാൻ വൈകിയെന്നതും സത്യമാണ്. എങ്കിലും മൂന്നാമതൊരാൾ ഇടപെടേണ്ടി വന്നത് എനിക്കു സഹിക്കാവുന്നതിലുമപ്പുറമാണ്. നാളെ രാത്രിയ്ക്കു മുമ്പ് മുഴുവൻ തുകയും ഞാൻ തന്നിരിയ്ക്കും."

സുല്ലു പറഞ്ഞു നിൽക്കുന്ന രാജുവിന്റെ വാക്കുകൾ കരച്ചിലോള മെത്തി. ബാലകൃഷ്ണന്റെ കണ്ണുകളിലും നനവിന്റെ കസവു തെളിഞ്ഞു.

"അങ്ങനെയൊന്നും ഉദ്ദേശിച്ചല്ല -"

ബാലകൃഷണന്റെ സമ്പാദ്യക്കുടുക്കയിൽ നിന്ന് രണ്ടു വാക്കുകൾ പുറത്തു വന്നു. ആ മനസിൽ കുറ്റബോധത്തിന്റെ മണൽക്കാറ്റ് വീശിയടിച്ചു തുടങ്ങിയിരുന്നു.

ആനക്കുറുന്തോട്ടി വകഞ്ഞു മാറ്റി, ഊടുവഴിയിലൂടെ കുഞ്ഞിരാമൻ അന്നു വൈകുന്നേരം ഞങ്ങളുടെ മാളത്തിലെത്തി. അപ്പോൾ ഞാൻ മാത്രമായിരുന്നു, അവിടെയുണ്ടായിരുന്ന ഏക മനുഷ്യസൃഷ്ടി.

"നിങ്ങൾക്കെന്താണ് ബാലകൃഷ്ണനുമായി ഇടപാട്?"

ആ വൃദ്ധനോടുള്ള എന്റെ വാക്കുകളിൽ ഈർഷ്യ പടർന്നിരുന്നു. ദുർബലനു മേൽ കുതിരകയറുമ്പോഴുള്ള മനസുഖം ഉൾക്കുളിരായി പടർന്നു.

അയാൾ പറഞ്ഞ കാര്യങ്ങൾ എന്റെ ഊഹങ്ങൾക്കപ്പുറമായിരുന്നു. ബാലകൃഷ്ണനെക്കുറിച്ചുള്ള ധാരണകൾ റദ്ദാക്കാൻ തക്ക അവിശ്വസനീ യമായ വിവരങ്ങൾ.

അടുത്തൊരു അനാഥാലയം ഉണ്ടെന്നും അവിടെയുള്ള രണ്ടു കുട്ടികളുടെ മുഴുവൻ ചിലവുകളും ബാലകൃഷ്ണൻ ഏറ്റെടുത്തിരിക്കുകയാണെന്നും, അതിനുള്ള പണം വാങ്ങുന്നതിനു വേണ്ടിയാണ് അനാഥാലയത്തിലെ സഹായിയായ താൻ ഇവിടെ വരാറുള്ളതെന്നും കുഞ്ഞിരാമൻ വെളിപ്പെടുത്തി.

"പ്രാരാബ്ധക്കാരെങ്കിലും, സുമനസുകളായ ചില നന്മമരങ്ങൾ നമുക്കിടയിലുണ്ടെന്ന അറിവു തന്നെ ഒരു ആഹ്ലാദമല്ലേ, സാർ?"

വൃദ്ധന്റെ ആ വചനം ഒഴിഞ്ഞു പോകാനാവാത്തവിധം തലയിൽ സ്ഥിരതാമസമാക്കി.

അടുത്ത ദിവസം വൈകുന്നേരം രാജു എന്നെയും കൂട്ടി ബാലകൃഷ്ണന്റെ മുറിയുടെ പിന്നിലേക്കു നടന്നു. ബാലകൃഷ്ണൻ അപ്പോൾ തുണിയലക്കുകയായിരുന്നു. ജല സ്പർശത്താൽ നടുവു തളർന്ന തുണികൾ കാർബോളിക് ഗന്ധം ചുരത്തി ബക്കറ്റുകളിൽ കിടന്നിരുന്നു. സ്നേഹം ചുരത്തുന്ന മിഴികളോടെ രാജു അയ്യായിരം രൂപാ ബാലകൃഷ്ണനു നേരെ നീട്ടി. ഉടുമുണ്ടിൽ കൈ തുടച്ച് ബാലകൃഷ്ണൻ ആ പണം വാങ്ങി.

"ഈ കാര്യം ഓർത്തു കിടന്നതുകൊണ്ട് ഇന്നലെ രാത്രി ഒരുപോള കണ്ണടയ്ക്കാൻ കഴിഞ്ഞില്ല. വാർത്തയറിഞ്ഞപ്പോൾ ഭാര്യയും ഒരുപാടു ചീത്തപറഞ്ഞു. വൈകിയാണെങ്കിലും തുക മുഴുവൻ നൽകാൻ കഴിഞ്ഞതിന്റെ സന്തോഷത്തിലാണ്, ഞാൻ. പണം എണ്ണി നോക്കിക്കൊള്ളൂ."

പശ്ചാത്താപ വിവശനായി ബാലകൃഷ്ണൻ പണം എണ്ണാൻ തുടങ്ങി. നല്ലൊരു മനുഷ്യനെ തെറ്റിദ്ധരിച്ചതിലുള്ള വ്യഥ കാട്ടുമാക്കാനെപ്പോലെ മനസിലൂടെ പാഞ്ഞുപോകുന്നത് അയാളറിഞ്ഞു. തുക അരഭിത്തിയിൽ വെച്ച് ബാലകൃഷ്ണൻ ബക്കറ്റിനു നേരെ തിരിയവെ, രാജു സൗമ്യമായി പറഞ്ഞു-

"മറ്റൊന്നും തോന്നരുത്. പണം കിട്ടിയെന്ന് ഒന്ന് എഴുതിത്തന്നാൽ കൊള്ളാമായിരുന്നു. മിനിയെ കാണിക്കാനാണ്. അല്ലെങ്കിലവൾ ചെവിതല തരില്ല."

"അതിനെന്താ?"

പേപ്പർ എടുക്കാനായി മുറിയിലേക്കു നടക്കാൻ ബാലകൃഷ്ണൻ തുനിഞ്ഞു.

"എഴുതിക്കൊണ്ടുവന്നിട്ടുണ്ട്. ഒറ്റ ഒപ്പ് മാത്രം മതി."

രാജു ഉദാരനായി.

'രാജുവിൽ നിന്ന് അയ്യായിരം രൂപാ കിട്ടി ബോധിച്ചു' എന്ന് എഴുതിയതിനടിയിൽ ഒപ്പിടുമ്പോൾ ബാലകൃഷ്ണൻ ചുണ്ടനക്കി-

"മനസിൽ ഒന്നും വെക്കരുത്."

"ഞാൻ അത് എപ്പോഴേ മറന്നു."

പിരുപിരുപ്പോടെ, ആനന്ദചിത്തനായി രാജു തിരിഞ്ഞു നടന്നു.

പൂവള്ളിപ്പടർപ്പുകൾക്കു മേലെ, ജന്മാന്തര സമസ്യകൾ ഉരുക്കഴിക്കുകയായിരുന്ന ഒരു കിളിയെ നൊടിയിടയിൽ പൂച്ച പിടിക്കുന്നതു കണ്ടു രാജു ആത്മഗതം നടത്തി-

"ജന്തുത ജയിച്ചു."

മൃത്യുഭീതിയിൽ സൂര്യൻ കടലിലേക്ക് തല ചായ്ച്ച് നിൽക്കുന്ന നേരം. ഭക്ഷണത്തിനായി ഹോട്ടലിലേക്ക് തിരിക്കുമ്പോൾ രാജു പറഞ്ഞു-

"ഞാനും വരുന്നു."

"രോഗികളാവാൻ പാസ്പോർട്ട് എടുത്തവരാണ് ഹോട്ടൽ ഭക്ഷണം കഴിക്കുന്നത്. എന്നുകരുതി വല്ലപ്പോഴും കഴിക്കുന്നതിൽ തെറ്റൊന്നുമില്ല. ഒരു ചെയ്ഞ്ച് ആർക്കാണ് ഇഷ്ടമില്ലാത്തത്?"

സ്വയം ന്യായീകരിച്ച് രാജു നടത്തത്തിന്റെ ഗതികോർജം കൂട്ടി.

പൊറോട്ടക്കും മുട്ടറോസ്റ്റിനും ഓർഡർ നൽകി, ഹോട്ടൽ കസേരകളിൽ ഞങ്ങൾ മുഖാമുഖമിരുന്നു.

ഉറുമ്പുകളുടെ കുപ്പിണികൾ നീങ്ങുന്ന ഹോട്ടൽ ഭിത്തിയിലൊട്ടിച്ച ജുറാസിക് പാർക്കിന്റെ പോസ്റ്ററിൽ കണ്ണുടക്കിയ രാജു അഭിപ്രായപ്പെട്ടു-

"പൊറോട്ടയുടെ അന്തകനാകാനുള്ള പുറപ്പാടിലാണ്, സിനിമ."

ചിന്തൻ ബൈഠക്കിൽ പെട്ട് ഉഴറിയ എന്നോട്ട് രാജു, തന്റെ വാക്കുകളുടെ അർത്ഥം വ്യാഖ്യാനിച്ചു-

"ചവറ് പോലെയിറങ്ങുന്ന സിനിമകളുടെ പോസ്റ്ററൊട്ടിച്ച് മൈദക്ക് ക്ഷാമം വന്നാൽ നമ്മുടെ പൊറോട്ട തീറ്റ നിലയ്ക്കും."

ഗുണ്ടയായി മാറേണ്ടിയിരുന്ന അടുക്കളക്കാരന്റെ താഢനമേറ്റു കുഴഞ്ഞ മൈദമാവ് പൊറോട്ടയായി രൂപാന്തരം പ്രാപിക്കുന്നതു നോക്കിയിരിക്കവെ രാജു ചോദിച്ചു-

"കുഞ്ഞൗസേപ്പ് എന്നൊരാളെപ്പറ്റി കേട്ടിട്ടുണ്ടോ?"

നിഷേധാർത്ഥത്തിൽ എന്റെ തല ആടി.

"കേൾക്കാൻ ഇടയില്ല. ഹൃദയസ്തംഭനം മൂലം വർഷങ്ങൾക്കു മുമ്പ് കാലത്തിന്റെ തിരശ്ശീലക്കപ്പുറത്തേക്കു പോയ ഒരു സാധാരണ പൗരനാണ് കുഞ്ഞൗസേപ്പ്. സ്തംഭിച്ചു പോയെങ്കിലും അദ്ദേഹത്തിന്റേത് നല്ല ഹൃദയമായിരുന്നു എന്നാണ് നാട്ടുമൊഴി. ആൾ നല്ലൊരു പരസഹായിയായിരുന്നു, പ്രത്യേകിച്ച് സ്ത്രീകൾക്ക്."

ഒന്ന് അമർത്തിച്ചിരിച്ച് രാജു സംസാരം തുടർന്നു–

"കുഞ്ഞൗസേപ്പിന്റെ വീടിന്റെ മരപ്പണി നടത്തിയത് ആശാരി രാമനാണ്. തച്ചപ്പണിയിൽ രാമനാശാരി തരികിട നടത്തി എന്ന് കുഞ്ഞൗസേപ്പിന് ശങ്ക കുടുങ്ങി. പറഞ്ഞുറപ്പിച്ച പണിക്കൂലി മുഴുവൻ നൽകി ആശാരിയെ യാത്രയാക്കുന്ന നേരം കുഞ്ഞൗസേപ്പു പറഞ്ഞു–

"മരത്തിൽ തീർത്ത 100 ഒറ്റരൂപാ നാണയം വേണമെന്ന് ചിറ്റപ്പന്റെ മകൻ ജോണിക്കുട്ടിക്ക് ഒരാശ. ഇത്തരം അപൂർവ്വ വസ്തുക്കൾ ശേഖരിക്കൽ അവന്റെ ഹോബിയാണത്രെ. ആശാരി അധികം വൈകാതെ 100 ഒറ്റരൂപാ നാണയം മരത്തിൽ പണിതു തരണം."

രാമനാശാരി സംഗതി ഏറ്റു.

അടുത്തയാഴ്ച കണ്ടപ്പോൾ കുഞ്ഞൗസേപ്പ് ആശാരിയോടു തിരക്കി–

"രൂപയുടെ കാര്യം എന്തായി?"

"മറ്റു ചില പണിത്തിരക്കുകളിൽ പെട്ടുപോയി. അടുത്തയാഴ്ച തീർച്ചയായും തരാം."

ആശാരി ഉറപ്പു നൽകി.

രാമനാശാരി ഗ്രാമത്തിലെ ചായക്കടയിൽ വെടി പറഞ്ഞിരിക്കുമ്പോഴാണ് തൊട്ടടുത്തയാഴ്ച കുഞ്ഞൗസേപ്പ് അയാളെ കാണുന്നത്.

"100 രൂപയുടെ കാര്യം എന്തായി?"

കുഞ്ഞൗസേപ്പ് തിരക്കി.

"അടുത്തയാഴ്ച തീർച്ചയായും തന്നിരിക്കും. ഉണ്ട ചോറും കൊണ്ട കാറ്റും മറക്കുന്നവനല്ല ഈ രാമൻ."

ആശാരി തറപ്പിച്ചു പറഞ്ഞു.

"എന്നതാന്നേ കാര്യം?"

പഞ്ചായത്ത് മെമ്പർ മാത്തച്ചൻ ചോദിച്ചു. കടയിലെ സ്ഥിരം പരദൂഷണക്കാരും തലയുയർത്തി നോക്കി.

“മരത്തിന്റെ 100 രൂപയുടെ കാര്യമാ. അടുത്തയാഴ്ച തരാമെന്ന് ആശാരി ഉറപ്പു നൽകിയതിന് നിങ്ങളെല്ലാവരും സാക്ഷിയാണ് കേട്ടോ.”

കുഞ്ഞൗസേപ്പ് എല്ലാവരോടുമായി പറഞ്ഞു.

ഏറ്റു എന്ന മട്ടിൽ ആശാരി തലകുലുക്കി.

തൊട്ടടുത്ത ആഴ്ച മൂവന്തിയിൽ കുഞ്ഞൗസേപ്പ് ചായക്കടയിൽ വെച്ച് ആശാരിയെ പിടികൂടി.

“100 രൂപ ഇന്ന്, ഇപ്പോൾ കിട്ടണം.”

കുഞ്ഞൗസേപ്പ് വാശി പിടിച്ചു.

“എന്തോ മരം ഏർപ്പാടിന്റെ വകയായി 100 രൂപ കൊടുക്കാനുണ്ടെന്നും, ഈ ആഴ്ച കൊടുത്തു കൊള്ളാമെന്നും ആശാരി ഞങ്ങളുടെ മുന്നിൽ വെച്ച് സമ്മതിച്ചതാണല്ലോ. പണം കൊടുത്തിട്ടു പോയാൽ മതി.”

ചായക്കടയിലെ ഗ്രാമസഭയുടെ അഭിപ്രായം ഏകകണ്ഠമായിരുന്നു.

“ആശാരിയോട് 100 രൂപ വാങ്ങി പോക്കറ്റിലിട്ട് ചായക്കടയിൽ നിന്ന് ഇറങ്ങി നടന്ന കുഞ്ഞൗസേപ്പ് എന്റെ ഒരമ്മാവനായിരുന്നു.”

രാജു പറഞ്ഞതിന്റെ പൊരുൾ തേടി ഞാനുഴറി. പൊറോട്ട പോലെ ആ വാക്കുകളും ദഹിക്കാതെ ഉള്ളിൽ കിടന്നു.

മരിച്ചവന്റെ ശബ്ദം ഇലകളിൽ മർമരമാകുന്നതു കേട്ട് മുറിയിലേക്ക് ഞങ്ങൾ തിരികെ നടന്നു.

ദിവസങ്ങൾ ആഴ്ചകൾക്കും ആഴ്ചകൾ മാസങ്ങൾക്കും വഴിമാറി.

മൂന്നാം കണ്ണുള്ള ഒരു പോലീസ് ജീപ്പ് ഒരുനാൾ വാടകവീടിനു സമീപമുള്ള മൂശേട്ട മുരിക്കിനു സമീപം കുലുങ്ങിനിന്നു. ശരീര വിസ്താരം കൂടിയ ഒരു പോലീസുകാരൻ ജീപ്പിൽ നിന്ന് ചാടിയിറങ്ങി.

വീടിനു മുൻപിൽ നിന്നിരുന്ന എന്നെ ആജ്ഞാഭാവത്തിൽ ആ പോലീസുകാരൻ വിളിച്ചു. ഒരുവനെ സുന്ദരനും വിരൂപനുമാക്കുന്നതിന്റെ മുഖ്യപങ്ക് വഹിക്കുന്നത് മുഖമാണെന്ന് കണ്ടറിഞ്ഞ് ഞാൻ ആ നിയമപാലകനു നേരെ നടന്നുചെന്നു.

“പോലീസ് സ്റ്റേഷനിൽ രാജു ഒരു പരാതി നൽകിയിട്ടുണ്ട്. ബാലകൃഷ്ണൻ വാങ്ങിയ 5000 രൂപ തിരിച്ചു നൽകുന്നില്ലെന്നാണ് പരാതി. പണം കൈപ്പറ്റിയതിന്റെ തെളിവ് പരാതിയോടൊപ്പം സമർപ്പിച്ചിട്ടുണ്ട്. ഈ ഇടപാടിന് നിങ്ങൾ സാക്ഷിയാണെന്നാണ് പരാതിക്കാരൻ പറയുന്നത്.”

കുഴിബോംബിൽ ചവിട്ടിയ മാതിരി ഞാൻ സ്തംഭിച്ചുനിന്നു.

“ബാലകൃഷ്ണനെയും കൂട്ടി നാളെ സ്റ്റേഷൻ വരെയെന്നു വരണം.”

ശീവേലിയാനയുടെ തലയെടുപ്പോടെ പോലീസുകാരൻ ജീപ്പിനു നേരെ നടന്നു. മൃഗത്തിന്റെ ഇരമ്പലോടെ ജീപ്പ് കുതിച്ചു. വഴികൾ വളയുന്നിടത്ത് അത് അപ്രത്യക്ഷമായി.

അന്നു രാത്രി കറന്റ്കട്ടിന്റെ നേരത്തും രാജുവിന്റെ മുറിയിൽ വെളിച്ചം തെളിഞ്ഞു കണ്ടു. വെളുത്തുതടിച്ച മദാമ്മ പോലൊരു മെഴുകുതിരിയുടെ ഇത്തിരി വെട്ടത്തിൽ രാജു ചെയ്യുന്ന ക്രിയകളുടെ നിഴലനക്കം കണ്ണിൽ തടഞ്ഞു. രഹസ്യാന്വേഷണ ഏജന്റിന്റെ ജാഗ്രതയോടെ പിൻജനലിലൂടെ മുറിക്കുള്ളിലേക്ക് ഞാൻ എന്തിനോക്കി. മെഡിക്കൽ ബില്ലുകളും കുറിപ്പടികളും ലെറ്റർ പാഡുകളും പശക്കുപ്പിയും കത്രികയും നിരന്നിരിക്കുന്ന മേശക്കരികിൽ കർത്തവ്യനിരതനായ രാജു ദൃഷ്ടിയിൽ പതിഞ്ഞു. മെഡിക്കൽ റീഇംബേഴ്സ്മെന്റ് തരപ്പെടുത്താനുള്ള കുറുക്കുവഴികളിൽ വ്യാപൃതനായിരുന്നു, അപ്പോൾ ആ കർമ്മകുശലൻ.

പച്ചിരുമ്പ് പിഴിഞ്ഞ് വെള്ളമെടുക്കുന്നവൻ എന്ന പ്രയോഗത്തിലെ നാനാർത്ഥങ്ങളുൾക്കൊണ്ട് ഇരുട്ടിൽ ഞാൻ അന്തിച്ച് നിന്നു.

❖❖

പാഠം ഒന്ന് - പിരാന

പാഠം ഒന്ന് - പിരാന

ഓർഡർ ചെയ്ത ചായയും കാത്ത് കോഫിഹൗസിന്റെ തിരക്കൊഴിഞ്ഞ മൂലയിൽ ഞാനിരുന്നു. കാപ്പിക്കടയിൽ ചായയ്ക്കു പറഞ്ഞതിന്റെ അനൗചിത്യം നേർത്തൊരു പുഞ്ചിരിയായി ചുണ്ടിലൂറി.

"ചായയിൽ സ്വയമങ്ങ് സൽക്കരിക്കുകയാണല്ലേ?"

അപ്രതീക്ഷിതമായ ശബ്ദം കേട്ട് ഞാൻ തലയുയർത്തി.

എന്നോ കണ്ടു മറന്നൊരു മുഖം മുന്നിൽ. എന്നെ മനസ്സിലായില്ലേ എന്ന ഭാവം ആ മുഖത്ത് ഉദിച്ചുനിന്നിരുന്നു. ജീവിതത്തിന്റെ മദ്ധ്യാഹ്ന വേള പിന്നിട്ട ആ മുഖം എനിക്ക് പിടി തരാതെ വഴുതിമാറി. കർമ്മകാണ്ഡങ്ങൾക്കിടയിൽ ഒരുപാടു മുഖങ്ങൾ കയറിയിറങ്ങി പോയതിനാൽ ആളെ മനസ്സിലായില്ല. ഓർമ്മ കൂർപ്പിച്ച് ഞാൻ ആലോചനയിൽ മുഴുകി.

"ഞാൻ വറീത്."

ആഗതന്റെ കണ്ണാടിച്ചില്ലുകളിൽ ചിരി തെളിഞ്ഞു.

കാലം വളരെയൊന്നും കേറി മേയാത്ത വറീതിന്റെ ശരീരം മുന്നിൽ നിറഞ്ഞുനിന്നു. അത്ഭുതം ഒരു സിറിഞ്ചിൽ നിറച്ച് ആരോ കുത്തിവെച്ചതുപോലെ ഞാൻ കണ്ണുതള്ളി.

സഹമുറിയനായിരുന്ന ഒരാളെ തിരിച്ചറിയാൻ കഴിയാതെ പോയതിന്റെ ജാള്യം എന്നെ പൊതിഞ്ഞു. വീണിടത്ത് കിടന്നുരുളാൻ ഞാൻ സാഹസപ്പെട്ടു-

"കാലമൊത്തിരി കഴിഞ്ഞില്ലേ; അതാണ് പെട്ടെന്ന്-"

ചിരിയുടെ അകന്ന ചാർച്ചക്കാരനായ ഇളി എന്റെ മുഖത്തു പരന്നു.

"സുപ്രഭാതത്തിനും ശുഭരാത്രിക്കുമിടയിലൂടെ ഭൂമി എത്രയോ തവണ കറങ്ങി. എന്നിട്ടും നമ്മൾ ആദ്യമായി കണ്ട സന്ദർഭം മുതൽ എല്ലാം എന്റെ ഓർമ്മയിലുണ്ട്-"

വറീത് പുഞ്ചിരിച്ചു.

ആദ്യമായി പരസ്പരം കണ്ടതിന്റെ ഓർമ്മ എന്റെ മനസ്സിലും മങ്ങാതെ നിന്നിരുന്നു.

ഇരുപതിറ്റാണ്ടിനുമപ്പുറം ചെനക്കൽ ഉള്ള STD ബൂത്തിന്റെ സമീപ ത്തുവെച്ചാണ് ഞങ്ങൾ ആദ്യം കണ്ടത്. വിവര സാങ്കേതികവിദ്യ ഇന്ത്യ യിൽ പിച്ചവെച്ചു നടക്കുന്ന കാലം. ട്രങ്ക് ബുക്കിംഗ് സംവിധാനത്തിൽ നിന്ന് STD രീതിയിലേക്ക് പൗരന്മാർ എത്തിനോക്കുന്നതേയുള്ളു. നോക്കി യയുടെ കാർമികത്വത്തിൽ മൊബൈൽഫോൺ വിപ്ലവം സംഭവിക്കാൻ ഇനിയും വർഷങ്ങൾ കാത്തിരിക്കണം. STD- ISD- PCO എന്ന ബോർഡു വെച്ച വലിയ ദീർഘചതുരപ്പെട്ടികൾ നാടിന്റെ മുക്കിലും മൂലയിലും സ്ഥാനം പിടിച്ചുവരുന്ന കാലം.

STD വിളിക്കാൻ 'Q' നിൽക്കുന്നവരേക്കാൾ അന്ന് മതിപ്പുവില വിദേശ ത്തേക്ക് ISD വിളിക്കുന്നവർക്കായിരുന്നു.

ഒരു STD വേണമല്ലോ.

ഒരു ISD വേണമല്ലോ.

കോൾബൂത്തിനു മുന്നിൽ ആളുകൾ തിക്കിത്തിരക്കി.

ISD-യെക്കാൾ കനപ്പെട്ടതെന്തോ ആണ് തൊട്ടടുത്ത് കാണുന്ന പദം എന്നു ധരിച്ചുവശായ ഒരുവൻ പറഞ്ഞു-

ഒരു PCO വേണമല്ലോ.

Public Call Office-ന്റെ ഹ്രസ്വരൂപമാണ് PCO എന്ന് അറിവുള്ളവർ ആ മന്ദാക്രാന്ത വചനത്തിൽ ദാരുണമായ ഫലിതം കണ്ടെത്തി ചിരി അമർത്തി.

നാട്ടിലേക്ക് STD ഫോൺ ചെയ്യാൻ വന്നതായിരുന്നു, വറീത്.

ഞങ്ങൾ പരിചയപ്പെട്ടു.

കവിതാ ഹോട്ടലിൽ നിന്ന് ഞങ്ങൾ ഭക്ഷണം കഴിച്ചു. കോഫിഹൗസി ന്റെയും മാളഭവന്റെയും ആവിർഭാവത്തിനുമുൻപ് ഞങ്ങൾ പശിയട ക്കിയത് കവിതാ ഹോട്ടലിൽ നിന്നായിരുന്നു. തോളൊപ്പം മുടി വളർത്തിയ ആ ഹോട്ടലിലെ സുമുഖൻ ഏവർക്കും പ്രിയങ്കരനായ അന്ന ദാതാവായിരുന്നു.

ഭക്ഷണം കഴിച്ച് ഞങ്ങൾ തിരിച്ചുനടന്നു.

വരാൻ പോകുന്ന ജീവിത ഭാരങ്ങളെ ബാഗിനുള്ളിലാക്കിയ സ്കൂൾ കുട്ടികൾ മടക്കയാത്ര നടത്തുന്ന സമയമായിരുന്നു, അപ്പോൾ.

ചവിട്ടുനാടകക്കാരൻ ചിന്നത്തമ്പി അണ്ണാവിയെ പുണരാൻ ശ്രമിച്ച് വളഞ്ഞുപോയ കൂനൻ കുരിശുപോലെ, വളഞ്ഞുനിൽക്കുന്ന പഴയൊരു ബോർഡു ചൂണ്ടി വറീത് പറഞ്ഞു–

"പഴയ പരീക്ഷാഭവന്റെ ചൂണ്ടുപലകയാണ്. പഠിക്കുന്ന കാലത്ത് ഇവിടുത്തെ പരീക്ഷാഭവനിൽ ഒരിക്കൽ ഞാൻ വന്നിട്ടുണ്ട്."

ഇന്നത്തെ സഹകരണഭവന്റെ സമീപത്തു നിലകൊണ്ട ആ ബോർഡിൽ എന്റെ കാക്കച്ചെരിനോട്ടം പതിഞ്ഞു.

പുൽക്കൊടികൾ അണിഞ്ഞൊരുങ്ങി നിൽക്കുന്ന കാമ്പസിലൂടെ നടക്കുന്നതിനിടയിൽ ഞങ്ങൾ വിശദമായി പരിചയപ്പെട്ടു.

M.A. സെക്ഷനിൽ ജോലി ചെയ്യുന്ന വറീത് അടുത്ത നാളുകളിലാണ് ജോലിക്കു ചേർന്നത്. അറബിക്കടലിലേക്ക് തല വെച്ചു കിടക്കുന്ന കേരളത്തിന്റെ ഹൃദയഭാഗത്താണ് നാട്. വില്ലൂന്നിയാലിലെ ഇപ്പോഴത്തെ വാസസ്ഥലത്ത് സൗകര്യങ്ങൾ കുറവാണെന്ന് വറീത് സങ്കടപ്പെട്ടു.

എന്റെ താമസസ്ഥലത്തേക്ക് വറീതിനെ ക്ഷണിച്ചു. എന്നോടൊപ്പം ദാനിയലും പ്രകാശനുമുണ്ടെങ്കിലും ഒരാളെക്കൂടി ഉൾക്കൊള്ളാനുള്ള സൗകര്യം ആ പഴയ വാടക വീടിനുണ്ടായിരുന്നു.

എന്തുകൊണ്ടോ വറീതിനെ ദാനിയലിനു ബോധിച്ചില്ല. അവർ മൂന്നാം നാളുകാരാണെന്നു തോന്നുന്നു. നുഴഞ്ഞുകയറ്റക്കാരനെപ്പോലെയാണ് ദാനിയൽ വറീതിനെ കണക്കാക്കിയത്. പാണമ്പ്ര ഷീബാടാക്കീസിലെ അടുത്തടുത്ത ഇരുമ്പു കസേരകളിൽ പോലും പരസ്പരം വികർഷിച്ച് അവരിരുന്നു. കുത്തി നോവിക്കാനുള്ള സ്ഥലം കണ്ടെത്തി നവാഗതനിൽ മുള്ള് ഇറക്കി രസിക്കുകയെന്നത് ദാനിയലിന്റെ ഹോബിയായി.

"ദാനിയൽ ഇപ്പോൾ എവിടെയാണ്?"

വറീതിന്റെ ശബ്ദം ചിന്തകളിൽ നിന്ന് എന്നെ ഉണർത്തി.

"ഭരണവിഭാഗത്തിൽ ഓഫീസർ ആണ്."

"സുധാബിന്ദുവോ?"

വറീതിന്റെ ആ ചോദ്യം എന്നെ പഴയൊരു ഓർമ്മയിലേക്കു കൊണ്ടുപോയി. മനസ്സിന്റെ ഭിത്തിയിൽ ആണിയടിച്ചു തൂക്കിയിട്ട ഒരു ഓർമ്മ.

ഒരു കൂരയ്ക്കു കീഴിൽ തട്ടീം മുട്ടീം കഴിയുന്നതിനിടയിലാണ് ആ വാർത്ത പരന്നത്. സുധാബിന്ദു എന്നു പേരുള്ള ഒരു സ്റ്റാഫ് പുതിയതായി ജോലിയിൽ പ്രവേശിക്കാനായി M.A. ബ്രാഞ്ചിലേക്കു വരുന്നു. പതിവിലധികം മേക്കപ്പിട്ട് വറീത് അന്നു നേരത്തെതന്നെ ഓഫീസിലേക്കു പുറപ്പെട്ടു. ഏതാനും യൂണിയൻ പ്രവർത്തകരുടെ അകമ്പടിയോടെ ഒരു യുവാവ് ഉച്ചയോടടുത്ത് ഓഫീസിലെത്തി.

"സുധാബിന്ദു-"

കഥകളി നടനെപ്പോലെ തോന്നിച്ച ആ യുവാവിനെ അവർ പരിചയപ്പെടുത്തി.

"അച്ഛൻ മലയാളം മുൻഷിയായിരുന്നു. കുടുംബത്തിൽ നിന്ന് മിച്ച മൂല്യമായി കിട്ടിയത് ഈ പേരു മാത്രമാണ്."

പേരിന്റെ പൊരുൾ വിശദീകരിച്ച് അയാൾ വിവശനായി.

കാന്റീൻ പരിസരത്തുള്ള ആൽച്ചുവട്ടിൽ അന്നു വൈകുന്നേരം പെൺസുഹൃത്തുകളോട് സംസാരിച്ചു നിൽക്കുകയായിരുന്നു, വറീത്. സുധാബിന്ദുവിനെ വരവേൽക്കാൻ വറീത് അണിഞ്ഞൊരുങ്ങിയ കഥ, പൊടിപ്പും തൊങ്ങലും ചേർത്ത് പെമ്പിളൈ ഒരുമയ്ക്കു മുന്നിൽ ദാനിയൽ വിളമ്പി. അപ്രതീക്ഷിത ഒളി ആക്രമണത്തിൽ വറീത് പകച്ചുപോയി. കുഴിയാനയെപ്പോലെ മണ്ണിനടിയിലേക്ക് പൂണ്ടു പോകാൻ അയാൾ കൊതിച്ചു. ചമ്മിനിന്ന വറീതിനോട് ദാനിയൽ ചോദിച്ചു-

"Are you worried?"

മറ്റൊരു ജോലി കിട്ടി ഇവിടെനിന്നു പോയ സുധാബിന്ദു എന്ന സാധു മനുഷ്യൻ എന്റെ ഓർമ്മകളിൽ നിറഞ്ഞു.

"വിദേശത്തുനിന്ന് വറീത് എന്നു വന്നു?"

ഞാൻ തിരക്കി.

നീണ്ട കാലത്തെ LWA-യിൽ വറീത് വിദേശത്ത് ജോലിക്കു പോയപ്പോൾ ദാനിയൽ സ്വദേശത്ത് ഡെപ്യൂട്ടേഷനിൽ ആയിരുന്നുവെന്ന് ഞാനോർത്തു. ആ സംഭവം മുഴുവനും വറീത് ഇതിനകം മറന്നു കഴിഞ്ഞിട്ടുണ്ടാവണേയെന്ന് ഞാൻ ഉള്ളുരുകി പ്രാർത്ഥിച്ചു.

മാസാവസാനത്തെ ഒരു തൊഴിൽ ദിനം. ഇടിയും മിന്നലും തല്ലിപ്പിരിഞ്ഞ ഒരു പകൽ. ഞങ്ങൾ ഓഫീസിലേക്കു നടക്കുകയായിരുന്നു. M.A. ബ്രാഞ്ചിൽ നിന്ന് പ്രീഡിഗ്രി ബ്രാഞ്ചിലേക്കുള്ള വറീതിന്റെ സ്ഥലം മാറ്റം തരം താഴ്ത്തലാണെന്ന് ദാനിയൽ പറഞ്ഞു പരത്തിയതിന്റെ ചൊരുക്ക് വറീതിൽ നീറിപ്പുകഞ്ഞു.

"കടിഞ്ഞൂൽ പൊട്ടന്മാർ മുതൽ അട്ടയുടെ കണ്ണ് കണ്ടുപിടിച്ചവർ വരെ വാഴുന്ന ഇടമാണിത്. എനിക്കിവിടം മതിയായി-"

വറീത് പറഞ്ഞു.

"വിവരക്കേടിൽ മുതൽ വിരുതിൽ വരെ ഡോക്ട്രേറ്റ് എടുത്തവരുടെ വിഹാരഭൂമിയാണ് എന്നും പറയാം."

മുറിവായിൽ ഉപ്പുതേക്കാൻ പ്രകാശൻ ശ്രമിച്ചു.

"അതു വിട്ടുകള" -

വറീതിനെ ഞാൻ സാന്ത്വനപ്പെടുത്തി.

"നാട്ടിലേക്ക് ഒരു ഡെപ്യൂട്ടേഷൻ ഒത്തുവരുന്നുണ്ട്."

ശാന്തനായി മാറിയ വറീത് മനസ്സു തുറന്നു.

"എവിടെയാണ്?"-

ഞാൻ തിരക്കി.

സന്തോഷത്തോടെ വറീത് കാര്യങ്ങൾ വിശദീകരിച്ചു.

ഡെപ്യൂട്ടേഷൻ എന്ന സംഗതി അക്കാലത്ത് സമ്പുഷ്ട യുറേനിയം പോലെ അമൂല്യമായിരുന്നു.

നടന്ന് ഞങ്ങൾ ഓഫീസിനടുത്തെത്തി. പുഞ്ചിരിച്ച മുഖവുമായി സ്കൂട്ടർ മോഹനൻ ഇരുചക്രവാഹനത്തിൽ ഞങ്ങളെ കടന്നുപോയി.

"50 രൂപ എടുക്കാനുണ്ടോ?"

എല്ലാവരോടുമായി ദാനിയൽ തിരക്കി.

മൊത്തം മാസശമ്പളം 1500 രൂപയിൽ താഴെയായിരുന്ന അക്കാലത്ത് 50 രൂപ വലിയൊരു തുകയായിരുന്നു. നിസ്സഹായരായി ഞങ്ങൾ നിൽക്കവെ, വറീത് 50 രൂപ ദാനിയലിനു നേരെ നീട്ടി.

ഓഫീസിലേക്ക് കയറുന്നതിനിടയിൽ ദാനിയൽ എന്നോടു മാത്രമായി പറഞ്ഞു-

"അത്യാവശ്യമായി നാട്ടിൽ പോകണം. കുറച്ചു ദിവസം കഴിഞ്ഞേ മടങ്ങുകയുള്ളു."

ഒരാഴ്ചക്കുള്ളിൽ ദാനിയൽ മടങ്ങിവന്നു. വറീത് കണ്ടുവെച്ചിരുന്ന ഡെപ്യൂട്ടേഷൻ സ്വന്തം പേരിൽ സംഘടിപ്പിച്ചായിരുന്നു, ആ വരവ്.

വറീതിന്റെ ചങ്ക് തകർന്നുപോയി.

വിദേശത്ത് നല്ലൊരു ജോലി ശരിയായി, ദീർഘാവധിയെടുത്ത് വറീത് ഇന്ത്യ വിട്ടുപോയത് ഇതിനെത്തുടർന്നായിരുന്നു.

വർഷങ്ങൾക്കു ശേഷം എന്റെ മുന്നിൽ നീണ്ടുനിവർന്നു നിൽക്കുന്ന വറീതിനെ ഞാൻ സാകൂതം നോക്കി.

"എനിക്കു ദാനിയലിനോട് രണ്ടു വർത്തമാനം പറയണം."

വറീതിന്റെ വാക്കുകളിൽ ഗൗരവം മുറ്റിനിന്നു.

ഞാൻ അപകടം മണത്തു.

എന്റെ ഒപ്പോയിൽനിന്ന് ദാനിയലിന്റെ മൊബൈലിലേക്ക് ഒരു കോൾ പാഞ്ഞു.

വറീതിന്റെ ബെൻസ് കാർ ദാനിയലിന്റെ ഓഫീസിനു നേരെ നീങ്ങി. കിഴവന്റെ വായ പോലെ തുറന്നു കിടന്ന കവാടം പിന്നിട്ട് ഞങ്ങൾ ഓഫീസിലെത്തി.

ഭയത്തിന്റെ കൊടുമുടി കയറിയ ദാനിയൽ കസേരയോരത്ത് അർദ്ധാസനസ്ഥനായി കാണപ്പെട്ടു. കാത്തുശിക്ഷിക്കാൻ വന്നവന്റെ നാവനക്കങ്ങൾക്കായി കാതോർത്ത് അയാൾ ചൂളി ഇരുന്നു. ഭയം മൂലം അയാളുടെ രോമങ്ങൾ ഭൃത്യന്മാരെ പോലെ എഴുന്നേറ്റു നിന്നിരുന്നു.

ആപാദചൂഢം വിദേശമലയാളിയായി മാറിക്കഴിഞ്ഞ വറീത് പറയാൻ തുടങ്ങി-

"അന്ന് നീ ഡെപ്യൂട്ടേഷൻ തട്ടിയെടുത്തത് നന്നായി. അല്ലെങ്കിൽ ഈ ഭൂമിമലയാളത്തിലെ ശരാശരി ജീവിതവുമായി ഞാൻ കഴിഞ്ഞുകൂടുമായിരുന്നു. എന്നെ ഇന്നത്തെ ഞാനാക്കി വളർത്തിയ നിനക്ക് ഒത്തിരി നന്ദി."

പണ്ഡിതമൂഢനെപ്പോലെ ദാനിയൽ ആ വാക്കുകൾ കേട്ടിരുന്നു.

പരിസരത്ത് മൗനം കനംവെച്ചു വിങ്ങി.

"Are you worried?"

എന്റെ മനസ്സിൽ പഴയ ആ ചോദ്യം ഉയർന്നു.

അത് വറീതിനോടായിരുന്നോ അതോ ദാനിയലിനോടായിരുന്നോ എന്ന് ഓർത്തെടുക്കവെ, വറീത് ഓഫീസിൽ നിന്ന് തിരിച്ചുനടക്കാൻ തുടങ്ങിയിരുന്നു.

❖❖

പടിപ്പുര

പടിപ്പുര

'**വ**ർക്കി സാറിനെ കാണാനില്ല!'

ഓഫീസ് കവാടത്തിൽ സ്ഥാപിച്ചിരുന്ന പഞ്ചിംഗ് മെഷീനു നേരെ നീങ്ങുകയായിരുന്ന ചൂണ്ടുവിരൽ ഷോക്കേറ്റതുപോലെ നിശ്ചലമായി. തൊട്ടു പിന്നിൽ, ആരുടേയോ കണ്ഠത്തിൽ നിന്ന് ഉത്ഭവിച്ച ഞെട്ടിപ്പിക്കുന്ന ആ വാക്കുകൾ എന്നെ സ്തബ്ധനാക്കി. മാസത്തിന്റെ ആദ്യ പ്രവൃത്തി ദിനത്തിലെ സുപ്രഭാതത്തിൽത്തന്നെ സ്തോഭജനകമായൊരു വാർത്ത. ശബ്ദത്തിന്റെ ഉടമ ആരെന്നറിയാൻ പരിഭ്രമത്തോടെ ഞാൻ തല തിരിച്ചു. തൊട്ടുതൊട്ടില്ലെന്ന മട്ടിൽ പിറകിൽ നിന്നിരുന്ന സുധാകരൻ ശബ്ദമൊതുക്കി വീണ്ടും പറഞ്ഞു-

"നമ്മുടെ വർക്കി സാർ മിസ്സിംഗാണ്."

ഓഫീസ് സൂപ്രണ്ട് ആയ സുധാകരന്റെ ആ വാക്കുകളിൽ എന്റെ മനസ്സിടിഞ്ഞു. ഇസ്തിരിയിടാത്ത പരുത്തിക്കുപ്പായം പോലെ മനസ് ചുക്കിച്ചുളിഞ്ഞു. അങ്കലാപ്പുകൾ തലയ്ക്കുള്ളിൽ പെരുകാൻ തുടങ്ങി. പഞ്ചിംഗ് മെഷീന്റെ സെൻസറിൽ ചൂണ്ടുവിരൽ അമർത്തുമ്പോഴും ഞാൻ ആലോചനയിലായിരുന്നു - സാറിനെന്തു പറ്റി?

പഞ്ച് ചെയ്ത് ചാക്കരിക്കാശ് ഉറപ്പാക്കിയ സുധാകരൻ, ഓഫീസിനുള്ളിലേക്ക് പോകുന്നതിനു പകരം, പുറത്ത് പന്തലിച്ചു നിന്നിരുന്ന ബദാം മരത്തിനരികിലുള്ള ചായക്കടക്കു നേരെ നടന്നു. അത് അയാളുടെ പതിവാണ്. ഓടിപ്പിടിച്ചു വന്ന്, പഞ്ചിംഗ് യന്ത്രത്തിൽ അറ്റൻഡൻസ് രേഖപ്പെടുത്തിയതിനു ശേഷം ഒരു ചായ; മേമ്പൊടിയായി ലഘു കടിയും. തത്വചിന്തകൾ ജന്മമെടുക്കുന്നത് ഇത്തരം ചായ സമയങ്ങളിലാണെന്ന് സുധാകരൻ പറയാറുണ്ട്. നെല്ലിനുള്ളിൽ ഒളിച്ചിരിക്കുന്ന ധാന്യമണി ഭക്ഷ്യയോഗ്യമാണെന്നും, അരിമണികൾ പൊടിയാക്കി പലഹാരക്കൂട്ടങ്ങൾ നിർമ്മിക്കാമെന്നുമുള്ള കണ്ടെത്തലുകളില്ലായിരുന്നെങ്കിൽ, അടയും നെയ്യപ്പവും കൊഴുക്കട്ടയുമൊന്നും തനിയ്ക്ക് അനുഭവിക്കാൻ യോഗമുണ്ടാകുമായിരുന്നില്ലെന്ന മട്ടിലുള്ള ലഘുത്വമാർന്ന സുധാകരചിന്തകൾ. നെയ്യപ്പം തിന്നാൽ രണ്ടുണ്ട് ഗുണം എന്ന ചൊല്ലാണ് തൽക്കാലം

സുധാകരന്റെ ഓർമ്മയിലോടിയെത്തിയത്. കാക്കാത്തിയുടെ തത്തമ്മ കാർഡ് എടുക്കുന്നതു പോലെ, മൃദുത്വമുള്ളൊരു നെയ്യപ്പം കൈക്കലാക്കി, ഗാമയുടെ ഗമയിൽ അയാളിരുന്നു.

ചായ കഴിച്ചാൽ മനസിന്റെ ആന്തലിന് നേരിയ ശമനമാവും എന്ന തോന്നലിൽ ഞാനും ചായക്കടക്കു നേരെ നടന്നു. ഊഫ്, ഊഫ് എന്ന് ഉറക്കെയൂതി ചൂടുചായ മൊത്തിക്കുടിക്കുന്ന സുധാകരനരികിൽ ഞാൻ ഇരിപ്പുറപ്പിച്ചു. ശ്രദ്ധ ക്ഷണിക്കൽ പ്രമേയം അവതരിപ്പിക്കുന്ന മട്ടിൽ സുധാകരനോട് ചോദിച്ചു-

"ലറ്റർ വർക്കി സാറിന്റെ കാര്യമാണോ പറഞ്ഞത്?"

"അതു തന്നെ."

ചുറ്റുപാടുമുള്ള കസേരകൾ കാലിയാണെന്ന് ഉറപ്പ് വരുത്തി, ശബ്ദം താഴ്ത്തി അയാൾ പറഞ്ഞു-

"നമ്മുടെ പദ്ധതി നിർവ്വഹണ വിഭാഗം മേധാവിയായ വർക്കി സാറിനെ ഇന്നലെ രാവിലെ മുതൽ കാണാനില്ല. അദ്ദേഹത്തിന്റെ ഭാര്യ ഗ്രേസി ടീച്ചർ രമയുടെ സഹപ്രവർത്തകയാണല്ലോ. അവരുടെ സ്കൂളിലെ ഉച്ച ക്കഞ്ഞിയുടെ ചുമതല, കണക്ക് അദ്ധ്യാപികമാരായ ഇരുവർക്കുമാണ്. ആ അടുപ്പം വെച്ചാണ് ടീച്ചർ ഈ രഹസ്യം രമയോട് പങ്കുവെച്ചത്. ഇന്നു വെളുപ്പിന് ഗ്രേസി ടീച്ചർ വീട്ടിൽ വന്നിരുന്നു. വർക്കി സാറിനെ കാണാ നില്ലെന്ന് രമയോട് ടീച്ചർ അടക്കം പറയുന്നത് ഞാൻ കേട്ടതാണ്. ഇന്നലെ കാലത്ത് പതിവുപോലെ ഓഫീസിലേക്ക് പുറപ്പെട്ടുവെങ്കിലും, ആൾ ഇവിടെ എത്തിയില്ല. മൊബൈൽ ഫോണിൽ നിരന്തരം വിളിച്ചു നോക്കി യെങ്കിലും, അത് സ്ഥിരമായി പരിധിക്കു പുറത്താണ്. തൽക്കാലം ഈ വാർത്ത ഗോപ്യമായി വെക്കണമെന്നും, മറ്റാരും ഇത് അറിയരുതെന്നും ശട്ടം കെട്ടിയിട്ടാണ് ടീച്ചർ തിരികെ പോയത്. സാറായിട്ട് ഇക്കാര്യം പുറത്തു പറയാൻ നിൽക്കേണ്ട."

ഞാൻ ഒന്നും മിണ്ടിയില്ല.

ആത്മാവടക്കം ചില്ലലമാരിയിൽ ഒട്ടിപ്പോയ പല്ലിയെ നോക്കി, മൂകനായി ഞാനിരുന്നു.

നെയ്യപ്പം തിന്നതിന്റെ രണ്ടാമത്തെ ഗുണമായ മീശ മിനുക്കലിൽ മുഴുകി സുധാകരൻ മെല്ലെ എഴുന്നേറ്റു. പാറ്റാഗുളികയുടെ മണമുള്ള വാഷ് ബേസിൻ ലക്ഷ്യമാക്കി അയാൾ നടന്നു. സുധാകരന്റെ കൈകഴു കൽ ചടങ്ങ് മിനിട്ടുകൾക്കു ശേഷവും തുടർന്നുകൊണ്ടിരുന്നു. യമണ്ടൻ രഹസ്യം കൈമാറിയതിന്റെ പ്രത്യുപകാരമായി അയാളുടെ ഇന്നത്തെ ചായക്കാശ് ഞാൻ നല്കണമെന്നാണ് അനന്തമായി നീളുന്ന ആ പാണീ ലാളന കർമ്മത്തിന്റെ അർത്ഥമെന്ന് ഞാൻ ഊഹിച്ചെടുത്തു.

മേശപ്പുറത്തെ കുബേർ കുഞ്ചിക്കു പിന്നിൽ കനപ്പിച്ചിരുന്ന പീടിക മുതലാളിക്കു നേരെ ഞാൻ രൂപാനോട്ട് നീട്ടി. നോട്ട് വാങ്ങി മുതലാളി പെട്ടിയിലിട്ടു. ബാക്കി തരാനുള്ള രണ്ടു രൂപാ കൈവിടാനുള്ള വൈമുഖ്യം മുതലാളിയുടെ മുഖത്ത് നിഴലിച്ചു. അയാൾ പെട്ടിക്കുള്ളിൽ സുദീർഘ മായി പരതാൻ തുടങ്ങി. ടിപ്പ് നൽകി ടിപ്പു സുൽത്താനാകാൻ ഇത് സ്റ്റാർ ഹോട്ടലൊന്നും അല്ലല്ലോ എന്ന മറുചിന്തയോടെ ക്യാഷ് കൗണ്ടറിനു മുന്നിൽ ഞാൻ നെടുങ്ങനെ നിലയുറപ്പിച്ചു. മുതലാളി തോൽക്കുന്നതു വരെ അതേ നില തുടർന്നു.

എന്റെ കാലുകൾ ഓഫീസിനുള്ളിലേക്ക് ചലിച്ചു. കെട്ടിടത്തിനുള്ളിൽ ലിഫ്റ്റ് സ്ഥാപിക്കാനായി പിന്നീട് പണി തുടങ്ങിയ ചതുര ഇരുമ്പ്കൂട് ഏണും കോണും തെറ്റി, മരണക്കിണറിന്റെ മട്ടിൽ അട്ടം നോക്കി നില കൊള്ളുന്നുണ്ടായിരുന്നു. 'ഏച്ചു കെട്ടിയാൽ മുഴച്ചിരിക്കും' എന്ന ഉപ മയെ കൂട്ടുപിടിച്ച് കോണിപ്പടികൾ നടന്നു കയറുമ്പോഴും, പൊതിയാ ത്തേങ്ങയായി ഒരു ആശങ്ക ഉള്ളിന്റെയുള്ളിൽ ബാക്കി നിന്നു-

ജീവിതം വിളമ്പിത്തന്ന ഇടം വിട്ട് വർക്കി സാർ മായയായി എങ്ങോ ട്ടാണ് മറഞ്ഞത്?

ചിന്തകൾ ലക്കും ലഗാനുമില്ലാതെ അലയുന്ന മനസോടെ കസേരയി ലേക്ക് ഞാൻ ചാഞ്ഞിരുന്നു. വാല്മീകിയുടെ കാലം തൊട്ടുള്ള ഫയലു കൾ റാക്കുകളിലിരുന്ന് നിസംഗമായി എന്നെ നോക്കിക്കൊണ്ടിരുന്നു. ഇപ്പോൾ പെയ്യും എന്ന ദുർവാശിയോടെ ആകാശച്ചെരിവിൽ നില കൊണ്ട മഴമേഘങ്ങളിൽ ദൃഷ്ടിയൂന്നിയിരിക്കവെ, ഓർമ്മകൾ ബെല്ലടിച്ച് മനസി ലേക്ക് പാഞ്ഞുവന്നു.

ഈ മാസം 31 ന് സർവ്വീസിൽ നിന്ന് പെൻഷൻ പറ്റി പിരിയാനുള്ള വർക്കി സാർ കുറച്ചു വർഷങ്ങൾക്കു മുൻപ് എന്റെ മേധാവിയായിരുന്നു. ലെറ്റർ വർക്കിയാണ് നിങ്ങളുടെ ബോസ് എന്ന് അന്ന് ആരോ പറഞ്ഞതു കേട്ടപ്പോൾ, മറ്റുള്ളവരുടേതു പോലെതന്നെ എന്റെ ചിന്തകളും ദിശ തെറ്റി യാണ് സഞ്ചരിച്ചത്. പെൺസ്നേഹം മൂത്ത് ഏതോ സുന്ദരിക്ക് ലെറ്റർ കൈമാറി ഗുലുമാലിൽ കുടുങ്ങിയ ഒരാൾ എന്ന സർവ്വസാധാരണ നിഗ മനത്തിലേക്ക് ഞാൻ എടുത്തുചാടി. വസ്തുത അതല്ലെന്നും, പെരുമാറ്റ നയത്തിൽ അന്താരാഷ്ട്ര നിലവാരം പുലർത്തുന്ന മാന്യനാണ് വർക്കി സാറെന്നും പറഞ്ഞു തന്നത് വിജയൻ മേനോനായിരുന്നു. ജോലിയിൽ തുടക്കക്കാരനായിരുന്ന കാലത്ത് വർക്കി സാറിനു പിണഞ്ഞ ഒരു അമ ളിയാണ് രസകരമായ ഈ ഇരട്ടപ്പേരിനു പിന്നിലെന്ന് സീനിയറായിരുന്ന വിജയൻ മേനോൻ വിവരിച്ചു തന്നു. പോത്തിൻ ദ്രാവക പരസ്യത്തിൽ

കാണുന്നതു പോലെയുള്ള ഉടലിന് ഉടമയായ വിജയൻ മേനോന്റെ അന്നത്തെ വാക്കുകൾ ഞാൻ ഓർത്തെടുത്തു-

ജീവിതപ്പൊള്ളലുകൾ തരണം ചെയ്ത്, റഗുലർ കോളേജിൽ നിന്ന് ഡിഗ്രിയെടുത്ത്, പാരലൽ കോളേജിൽ അദ്ധ്യാപകനായി കഴിയുന്ന കാലത്താണ് വർക്കിയ്ക്ക് ഈ ജോലി ലഭിക്കുന്നത്. ഉച്ചയൂണിനു പകരം പുസ്തകം തിന്നതും, അങ്ങനെ പുസ്തകപ്പുഴു ആയതുമായ പരിതാപസ്ഥിതിയിൽ അക്ഷരങ്ങൾ വർക്കിയോട് ചങ്ങാത്തം കൂടി. ഋതുപ്പകർച്ചകളിലൂടെ അവിരാമം കുത്തിക്കുറിക്കാൻ തുടങ്ങിയ വർക്കി എഴുത്തുകാരനായി തെല്ലൊക്കെ അറിയപ്പെടാൻ തുടങ്ങി. അക്കാലത്താണ് ഈ പുതിയ ലാവണം വർക്കിയെ മാടി വിളിച്ചത്. സർവ്വീസ് റൂൾസും ഓഫീസ് മാന്വലും അന്യമായിരുന്ന മേഖലയിൽ നിന്ന് സർക്കാർ ജോലിയുടെ നൂലാമാലകളിലേക്ക് വർക്കി പൊടുന്നനവെ കാലെടുത്തു വെച്ചു.

ജോലിയിൽ പ്രവേശിച്ചതിന്റെ പിറ്റേ ദിവസം വർക്കിയോട് അന്നത്തെ അദ്ദേഹത്തിന്റെ ഓഫീസർ പറഞ്ഞു-

"ശ്രീ നാരായണാ കോളേജ് പ്രിൻസിപ്പളിന്റെയടുത്ത് നിന്ന് കുറച്ച് മാർക്കുകൾ ലഭിക്കാനുണ്ട്. പ്രിൻസിപ്പളിന് ഉടനെ ഒരു കത്തയക്കണം."

വർക്കിക്ക് സന്തോഷമായി. താൻ പഠിച്ചിറങ്ങിയ കലാലയമാണത്. പ്രിൻസിപ്പളാകട്ടെ, തന്റെ പരിചയക്കാരനും.

കത്തിന്റെ കരട് അടങ്ങിയ ഫയൽ വരുന്നതും നോക്കി ഓഫീസർ ഇരിപ്പ് തുടങ്ങി. കണ്ണ് കഴച്ച ഓഫീസർ മൂന്നാംപക്കം നിയന്ത്രണം വിട്ടു-

"പുതിയതായി ജോലിയിൽ പ്രവേശിച്ചതല്ലേയുള്ളു. ഇപ്പോൾത്തന്നെ ഇത്ര ധിക്കാരം പാടില്ല. ഫയലും കാത്ത് ഞാൻ ഇരിക്കാൻ തുടങ്ങിയിട്ട് ദിവസങ്ങളായി."

ഓഫീസർ പൊട്ടിത്തെറിച്ചു.

കുപിതനായ ഓഫീസർക്കു മുന്നിൽ വർക്കി വിനയാന്വിതനായി.

"സാർ പറഞ്ഞ അന്ന് രാത്രിതന്നെ വിശദമായൊരു കത്ത് പ്രിൻസിപ്പളിന് അയച്ചു കഴിഞ്ഞു. സാഹിത്യഭംഗി ചോരാതെ തയ്യാറാക്കിയ ആ കത്തെഴുതാനുള്ള ഇൻലാന്റ് പോസ്റ്റോഫീസിൽ നിന്ന് എനിക്ക് എത്തിച്ചു തന്നത് ഈ കുഞ്ഞിരാമനാണ്."

ഇൻലാന്റ് വാങ്ങിക്കൊടുത്തെന്ന പ്രസ്താവന സത്യമാണെന്ന മട്ടിൽ ഓഫീസിലെ പ്യൂൺ കുഞ്ഞിരാമൻ തന്റെ കഷണ്ടിത്തല കുലുക്കി, സത്യപ്രസ്താവനയിൽ തുല്യം ചാർത്തി.

പ്രമാദമായ ആ കത്തെഴുത്തിനു ശേഷം കാലചക്രം ഒരുപാട് കറങ്ങി. പ്രാരാബ്ധം ചുമലിലേറ്റിയ യൗവ്വനകാലം വിസ്മൃതിയിലാകുകയും,

വർക്കിയുടെ ജീവിതം താരും തളിരും അണിയുകയും ചെയ്തു. നിത്യ ജീവിതത്തിലെ ലഘുതമസാധാരണങ്ങൾക്കിടയിൽ വർക്കി വിവാഹിത നാവുകയും ഗ്രേസി എന്ന അദ്ധ്യാപിക വർക്കിയുടെ ജീവിത സഖിയാവുകയും ചെയ്തു. ഭർത്താവിൽ നിന്ന് പിതാവിലേക്കുള്ള പ്രമോഷൻ കുടുംബ ജീവിതത്തിൽ വർക്കിക്ക് കരഗതമായി. ആത്മാവിന്റെ ഊഷ്മാവ് തട്ടി രണ്ടു മക്കൾ വളരുന്നതിനിടയിൽ വർക്കിക്ക് ഔദ്യോഗിക ജീവിതത്തിലും ചില പ്രമോഷനുകൾ ലഭിക്കുകയുണ്ടായി. ഒടുവിൽ, പദ്ധതി നിർവ്വഹണ വിഭാഗം മേധാവി എന്ന പദവിയിൽ പരിലസിക്കുമ്പോഴാണ് വർക്കി സാറിന്റെ ഈ തിരോധാനം.

അടുപ്പും വിറകുമൊന്നുമില്ലാതെ തന്നെ എന്റെ തല പുകയാൻ തുടങ്ങി. കടിച്ച ഉറുമ്പിനെ കൊല്ലാൻ പോലും മുതിരാത്ത പാവം വർക്കി സാറിന് എന്തു സംഭവിച്ചു?

പത്ത് അക്ക നമ്പറിന്റെ അകലത്തിൽ വർക്കി സാർ സുരക്ഷിതനായി ഉണ്ടാകുമെന്ന പ്രത്യാശ എന്നെ പൊതിഞ്ഞു. അതേ സമയം, ദൃശ്യം എന്ന സിനിമ എന്നെ അലോസരപ്പെടുത്തുകയും ചെയ്തു. ദീർഘദൂര യാത്രാ ലോറിയിലേക്ക് മൊബൈൽ ഫോൺ വലിച്ചെറിഞ്ഞ കഥ പറയുന്ന ആ ചിത്രത്തെക്കുറിച്ച് ഓർത്തുകൊണ്ടുതന്നെ വർക്കി സാറിന്റെ നമ്പറിലേക്ക് ഞാൻ വിളിച്ചു നോക്കി. ഫോൺ സ്വിച്ച് ഓഫ് ആണെന്ന കംപ്യൂട്ടർ മറുപടി കാതുകളിൽ മുഴങ്ങി.

കഴിഞ്ഞ മാസമാണ് വർക്കി സാറിനെ അവസാനമായി നേരിൽ കണ്ടത്. ഏതോ പുസ്തകം വായിച്ചിരിക്കുകയായിരുന്ന സാർ അന്ന് പറഞ്ഞ വാക്കുകൾ ഇടിക്കൂൺ പോലെ അകതാരിൽ പൊട്ടിമുളച്ചു-

"വിഖ്യാത ശാസ്ത്രജ്ഞനായ എഡിസന്റെ അവസാന ശ്വാസം ഹെന്റി ഫോർഡ് മ്യൂസിയത്തിൽ ശേഖരിച്ചു വെച്ചിട്ടുണ്ട് എന്ന് അറിയാമോ? എഡിസന്റെ മരണക്കിടക്കക്ക് അടുത്തുണ്ടായിരുന്ന പുത്രൻ ചാൾസ് ആണ് ടെസ്റ്റ് ട്യൂബിലേക്ക് അത് ശേഖരിച്ചത്. ശാസ്ത്രജ്ഞന്റെ സുഹൃത്തും ധനാഢ്യനുമായിരുന്ന ഹെന്റി ഫോർഡ് ആണ് ഇക്കാര്യത്തിന് മുൻകൈയെടുത്തത്. പുനർജന്മ വിശ്വാസമാണ് ഇത്തരമൊരു പ്രവർത്തിക്ക് പ്രേരിപ്പിച്ചതെന്നാണ് പറയപ്പെടുന്നത്."

"എന്താ, സാറിന് പുനർജനിക്കാൻ തിടുക്കമായോ?"

ഞാൻ ചിരിച്ചു.

ഭാഷയുടെ തച്ചപ്പണി നടത്തുന്ന സാറിന്റെ അന്നത്തെ വാക്കുകളിൽ വ്യംഗാർത്ഥം ഉണ്ടായിരുന്നോ? ബുദ്ധി വഴിതെറ്റി സഞ്ചരിച്ച ഒരു നിമിഷാർദ്ധത്തിൽ കടുംകൈ വല്ലതും-?

പേടിയുടെ കൈത്തണുപ്പ് എന്നെ പൊതിഞ്ഞു. നാനാവിധ ചിന്തകൾ കയറി നിരങ്ങുന്ന മനസുമായി ഞാനിരുന്നു.

"സാർ."

സുധാകരനാണ്.

എന്തൊക്കെയോ നീട്ടി വലിച്ചെഴുതി, അതിനടിയിൽ മോഹൻജദാരോ ലിഖിതം പോലുള്ള ഒപ്പ് ചാർത്തിയ വെള്ളക്കടലാസുമായി സുധാകരൻ പതുങ്ങി നിൽക്കുകയാണ്. ഡ്യൂട്ടി ലീവിനുള്ള അപേക്ഷയായിരിക്കും കൈയിലുള്ളതെന്ന് മനസ് പിറുപിറുത്തു. അപേക്ഷ വാങ്ങി ഒന്നോടിച്ചു നോക്കി ഞാൻ പറഞ്ഞു-

"സുധാകരൻ ഇരിയ്ക്കൂ."

വർക്കി സാറിനെപ്പറ്റി ഞാൻ എന്തെങ്കിലും ചോദിക്കുമെന്ന് സുധാകരൻ കണക്കു കൂട്ടി. ഉത്തരം നൽകാൻ സജ്ജനായി അയാൾ ഇരുന്നു.

"വർക്കി സാറിന് ശത്രുക്കൾ ആരെങ്കിലും-?"

ഞാൻ അന്വേഷിച്ചു.

"അങ്ങനെയൊന്നുമില്ല. എന്നാൽ റിട്ടയർമെന്റിനു ശേഷം ഓഫീസ് ഓർമ്മകളുടെ ഒരു പുസ്തകം പുറത്തിറക്കാനുള്ള ശ്രമത്തിലായിരുന്നു വർക്കി സാർ. ഇവിടുത്തെ ചില വെള്ളാനകളുടെയും തിരുമാലികളുടെയും മുഖംമൂടി അഴിഞ്ഞു വീഴുന്ന വെളിപ്പെടുത്തലുകൾ അതിലുണ്ടാകുമെന്ന് ചിലർ ഭയപ്പെട്ടിരുന്നതായി എനിക്കറിയാം."

"സാറിന്റെ സാമ്പത്തികാവസ്ഥ-?"

ഞാൻ തിരക്കി.

"കടോപനിഷത്ത് ഭദ്രമാണ്. കടവും വായ്പയും ഒന്നുമില്ല. രണ്ടു പേർക്കും ജോലിയുണ്ടല്ലോ. ഇരട്ട എഞ്ചിനുള്ള വണ്ടിയല്ലേ? പിന്നെ, സാറിന്റെ വൈശ്രവണത്വം പ്രസിദ്ധമാണല്ലോ- സ്വന്തക്കാർക്കും ബന്ധുക്കൾക്കും വാരിക്കോരി നൽകുന്ന സ്വഭാവം."

എന്തോ ഒന്ന് ആലോചിച്ചിട്ട് സുധാകരൻ വീണ്ടും പറഞ്ഞു-

"പ്രോവിഡന്റ് ഫണ്ട് ക്ലോസ് ചെയ്ത വകയിൽ പത്തു ലക്ഷം രൂപ സാറിനു കിട്ടിയിരുന്നു. പക്ഷേ, ആ തുക ബാങ്കിലെ അക്കൗണ്ടിൽ ഇതു വരെ എത്തിയിട്ടില്ല. എന്റെ അളിയന്റെ ബാങ്കിലാണ് സാറിന്റെ അക്കൗണ്ട്. അളിയൻ പറഞ്ഞ അറിവാണ്."

ഞാൻ ഞെട്ടി.

"ഗ്രേസി ടീച്ചറെന്താ പോലീസിൽ പരാതിപ്പെടാത്തത്?"

ഞാൻ ചോദിച്ചു.

"സാറിന്റെ മകൾ ഡിഗ്രിക്കു പഠിക്കുകയാണ്. മകൻ ഹൈസ്കൂളിലും. കെട്ടുപ്രായം തികഞ്ഞൊരു പെണ്ണുള്ള വീടാണ്. പോലീസും പുക്കാറുമെല്ലാം അവസാനത്തെ മാർഗ്ഗമായിട്ടു മതി എന്നാണ് ടീച്ചറുടെ നിലപാട്."

"സാറിന്റെ എഴുത്തിനെപ്പറ്റി ടീച്ചറുടെ അഭിപ്രായമെന്താണ്?"

മറുപടി പറയാൻ സുധാകരൻ ഒരുനിമിഷം ശങ്കിച്ചു. തുടർന്ന്, നർത്തകിയുടെ ഉടുപുടവ പോലെ ഉയർന്നുലയുന്ന വൃക്ഷത്തലപ്പുകളിൽ കണ്ണ് നട്ട് അയാൾ പറഞ്ഞു-

"ഭൂഗോളത്തിന്റെ സ്പന്ദനം കണക്കിനു ചുറ്റുമാണെന്ന് കരുതുന്ന ഒരു ടീച്ചറാണ്, ഗ്രേസി. ചടഞ്ഞിരിക്കാനുള്ള ഉപായം മാത്രമാണ് എഴുത്ത് എന്നാണ് അവരുടെ പക്ഷം. സാഹിത്യനിർമ്മാണം വെറും പടുപണിയാണെന്നും, അക്ഷരത്തീറ്റക്കാരായ കുഴിമടിയന്മാരെ പട്ടിണിക്കിട്ടു കൊല്ലണമെന്നും ഒരിക്കൽ അവർ രമയോട് പറയുന്നതു കേട്ടു."

"മക്കളുടെ നിലപാട് എന്താണ്?"

ഞാൻ വീണ്ടും ചോദിച്ചു.

"തങ്ങളുടെ എഴുത്തച്ഛനെപ്പറ്റി മക്കൾക്ക് വലിയ മതിപ്പാണ്."

സുധാകരൻ പറഞ്ഞു.

"വർക്കി സാർ എത്തിപ്പെടാൻ സാദ്ധ്യതയുള്ള സ്ഥലങ്ങളിൽ തിരക്കിയോ?"

എന്റെ ഉത്കണ്ഠ തുടർചോദ്യങ്ങളായി പുറത്തു വന്നുകൊണ്ടിരുന്നു.

"സ്വന്തം മനസിടം വിട്ട് ആരും എങ്ങോട്ടും പോകാറില്ലല്ലോ. ബന്ധുഗൃഹങ്ങൾ, പരിചയ ഇടങ്ങൾ, പഠിച്ചു വളർന്ന പ്രദേശങ്ങൾ, സുഹൃത് ഭവനങ്ങൾ, പ്രിയ ദേശങ്ങൾ- എല്ലായിടത്തും ടീച്ചർ ബന്ധപ്പെട്ടു കഴിഞ്ഞു."

"വാർദ്ധക്യത്തിന്റെ പീഢകൾ വല്ലതും സാറിനെ അലട്ടിയിരുന്നോ?"

"ഇപ്പോഴത്തെ റിട്ടയർമെന്റ് പ്രായം എന്നത് നിറയൗവ്വനമല്ലേ? കൊക്കിക്കുരച്ച് പടിയിറങ്ങുന്നവർ ഇക്കാലത്ത് ആരാണുള്ളത്? വീണ്ടും ഒരങ്കത്തിന് ബാല്യവുമായാണ് ഉദ്യോഗസ്ഥർ സർവ്വീസിൽ നിന്ന് വിടപറയുന്നത്."

പൊട്ടാസു പോലുള്ള ചിരി സുധാകരന്റെ അംഗുലം കുറഞ്ഞ നാവിൽനിന്ന് പുറത്തു വരുന്നതിനിടയിൽ എന്റെ മൊബൈൽ ഫോൺ ശബ്ദിച്ചു.

ക്യാമ്പസിലെ സീനിയർ ഓഫീസറായ സുരേഷിന്റെ കോളായിരുന്നു, അത്.

“ഒരു വാർത്ത കേട്ടു-”

സുരേഷ് പറഞ്ഞു.

“ഉം.”

ഞാൻ മൂളുക മാത്രം ചെയ്തു.

“ഒരു സംശയം ചോദിക്കാനാണ് വിളിച്ചത്. സർവ്വീസ് കാര്യങ്ങളിൽ നിങ്ങൾ വിദഗ്ദനാണല്ലോ.”

ഗഹനമായതെന്തോ പറയാനുള്ളതിന്റെ മുഖവുരയാണ് ആ സുഖിപ്പിക്കൽ വർത്തമാനമെന്ന് എനിക്കു മനസിലായി.

“അടുത്ത മാസം ഒന്നാം തിയ്യതി എനിക്ക് പ്രമോഷനാണ് - വർക്കി സാർ പെൻഷനാകുന്ന ഒഴിവിലേക്ക്. അഥവാ, സാറിന് എന്തെങ്കിലും സംഭവിച്ചാൽ എന്റെ പ്രമോഷൻ നേരത്തെ-”

ഫോൺകോൾ ഞാൻ കട്ടു ചെയ്തു.

എന്റെ മനസിൽ ആ ഓഫീസറുടെ സെൻസെക്സ് മരട് ഫ്ളാറ്റ് പോലെ തകർന്നടിഞ്ഞു.

ഞാൻ എഴുന്നേറ്റു.

പങ്കുവെക്കാനാവാത്ത ഒരു സംശയം അപ്പോൾ എന്റെയുള്ളിൽ ഉറവ പൊട്ടുകയായിരുന്നു-

ഹോർമോൺ പ്രചോദിത ജൈവിക ചോദനകൾക്ക് വല്ലതും ലോലഹൃദയനായ വർക്കി സാർ വശംവദനായിക്കാണുമോ? പത്തു ലക്ഷം രൂപ ആവിയായിപ്പോയ വഴി അതായിരിക്കുമോ?

വർക്കി സാറിന്റെ ബന്ധുവായ ബിജു എന്നൊരു യുവാവ് ഭരണ വിഭാഗത്തിലെ ഓഫീസിൽ ജോലി ചെയ്യുന്ന കാര്യം ഞാൻ ഓർത്തു. കുഞ്ഞ് എന്ന് വിളിപ്പേരുള്ള ആ യുവാവിനെ ഒരിക്കൽ പരിചയപ്പെടുത്തിത്തന്നത് വർക്കി സാറാണ്. ‘ഞങ്ങളുടെ കുഞ്ഞ്’ എന്ന വിശേഷണം കേട്ട് നാണത്തോടെ ചിരിച്ചു നിന്ന ആ യുവാവിനെ കണ്ട് കാര്യങ്ങൾ തിരക്കണം. കുഞ്ഞായിരുന്നതിന്റെ സുഖമുള്ള ഓർമ്മകൾ ഉണർത്തുന്ന ഈ പേര് തനിയ്ക്ക് ഒത്തിരി ഇഷ്ടമാണെന്ന് പിന്നീടൊരിക്കൽ ബിജു പറഞ്ഞത് ഓർത്തുകൊണ്ട് ഓഫീസിൽ നിന്ന് ഞാൻ പുറത്തേക്കു നടന്നു.

ആർഭാടത്തോടെ ഹരിതമെടുത്തണിഞ്ഞു നിന്നിരുന്ന ചെടികൾക്കരികിൽ, സ്ഥൂലമദ്ധ്യയായ ഒരു സ്ത്രീയോട് സംസാരിച്ചു നിൽക്കുന്ന

ബിജു ദൂരെനിന്നു തന്നെ എന്റെ കണ്ണിലുടക്കി. അത്യന്താധുനിക കവിതക്കു മുന്നിൽ അന്തിച്ചു നിൽക്കുന്ന വായനക്കാരന്റെ മട്ടിലായിരുന്നു ബിജുവിന്റെ നിൽപ്പ്.

കുത്തുവാശിയോടെ വാലറ്റം ത്രസിപ്പിച്ച് പാഞ്ഞു പോകുന്നൊരു കരിന്തേളിനെ നിരീക്ഷിച്ച്, ബിജു ഫ്രീയാകുന്നതും കാത്ത് ഞാൻ നിന്നു.

"അതാരാണെന്ന് അറിയാമോ?"

നടന്നു മറയുന്ന ആ സ്ത്രീയെ ചൂണ്ടി ബിജു ചോദിച്ചു.

നിഷേധാർത്ഥത്തിൽ ഞാൻ തലയാട്ടി.

"അതാണ് വർക്കിച്ചായന്റെ ഭാര്യ."

ബിജു അറിയിച്ചു.

കാര്യങ്ങളെല്ലാം ബിജു അറിഞ്ഞു കഴിഞ്ഞുവെന്ന് എനിക്ക് ഉറപ്പായി. ആ ഉറപ്പിന്റെ ബലത്തിൽ ഞാൻ തിരക്കി-

"എന്തെങ്കിലും വിവരം-?"

"ഇല്ല."

ബിജു ഖിന്നനായി.

"10 ലക്ഷം രൂപയും കാണാനില്ലത്രെ."

ഞാൻ പറഞ്ഞു.

"ഏയ്, പണമൊന്നും എവിടെയും പോയിട്ടില്ല. ആ തുക മുഴുവൻ തന്റെ കൈവശമുണ്ടെന്ന് ഗ്രേസിയാന്റി പറഞ്ഞു."

"വെച്ചു താമസിപ്പിക്കാതെ വർക്കി സാറിന്റെ കാര്യം പോലീസിൽ അറിയിക്കുന്നതാണ് ഉചിതം."

ഞാൻ അഭിപ്രായപ്പെട്ടു.

"പള്ളിയിൽ പറഞ്ഞാൽ മതി."

ബിജുവിന്റെ വാക്കുകൾ കേട്ട് ഞാൻ അസ്തപ്രജ്ഞനായി. പ്രായത്തിൽ മൂത്ത ഒരു സീനിയർ ഓഫീസർക്കു നേരെ ബിജു ഇത്തരം പദപ്രയോഗം നടത്തുമെന്ന് ഞാൻ നിരൂപിച്ചതേയില്ല. പെരുന്തച്ചന്റെ തമാശപ്പാവ പോലെ അടികൊണ്ട് മുഖം കോടുന്ന ഓർമ്മയിൽ ഞാൻ തരിച്ചുനിന്നു. വിഷണ്ണനായി നിൽക്കുന്ന എന്നോട് ബിജു പറഞ്ഞു-

"അയ്യോ, തെറ്റിദ്ധരിക്കരുതേ. പള്ളിയിലെ അച്ചനോട് ഇക്കാര്യം പറയാമെന്നാണ് ഞാൻ ഉദ്ദേശിച്ചത്. ഇവിടുത്തെ സ്റ്റേഷനിൽ പുതിയതായി ചാർജെടുത്ത ഇൻസ്പെക്ടർ അച്ചന്റെ കസിനാണ്."

ഹാവൂ; ഞാൻ നെടുവീർപ്പിട്ടു. വ്യണപ്പെട്ട ഈഗോ പൂർവ്വസ്ഥിതി പ്രാപിച്ചു.

പള്ളിയിലേക്ക് നടക്കുന്നതിനിടയിൽ ഞാൻ ചോദിച്ചു-

“ഗ്രേസി ടീച്ചർക്ക് വലിയ വിഷമമായിരിക്കും, അല്ലേ?”

“പെൻഷൻ ആനുകൂല്യങ്ങൾ ലഭിക്കാൻ കാലവിളംബം നേരിടുമോ എന്നതാണ് അവരുടെ വിഷമം.”

ആകാശത്തേക്ക് കൈ കൂപ്പി പ്രാർത്ഥനയിലെന്നവണ്ണം നിൽക്കുന്ന പള്ളിക്കു നേരെ നോക്കിക്കൊണ്ട് ബിജു പറഞ്ഞു.

ജനപ്രതിനിധിയുടെ ആസ്തിഫണ്ട് കൊണ്ട് നിർമ്മിച്ചത് എന്ന ബോർഡു സ്ഥാപിച്ച ബസ് ഷെൽട്ടർ റോഡരികിൽ കണ്ടു. പുരയേക്കാൾ വലിയ പടിപ്പുര എന്ന മട്ടിൽ ബസ് ഷെൽട്ടറിനേക്കാൾ പ്രൗഢിയോടെ വിളംബര ബോർഡ് തലയെടുത്തു നിന്നു.

അടർന്നു പോയ പല്ലുകൾ താമസിച്ചിരുന്ന തന്റെ വായ തുറന്ന്, ഷെൽട്ടറിൽ നിന്നിരുന്ന ഒരു വൃദ്ധ ഞങ്ങളെ നോക്കി ചിരി തൂവി.

ഞങ്ങൾ പള്ളിപ്പറമ്പിലെത്തി.

പാഷൻഫ്രൂട്ട് പന്തൽ വിരിച്ച വിശാലമായ മുറ്റം പിന്നിട്ട് ഞങ്ങൾ പള്ളി മേടയിലേക്ക് നടന്നു. കയറിൽ ബന്ധിച്ച ആട്ടിൻകുട്ടിയെ വലിച്ചിഴച്ച് പള്ളി മേടയുടെ പിൻവശം ലക്ഷ്യമാക്കി ഒരാൾ നടക്കുന്നത് കണ്ണിൽ തടഞ്ഞു.

“അജത്തെ അന്നജമാക്കാനുള്ള ശ്രമത്തിലാണ് തൊമ്മിച്ചേട്ടൻ എന്നു തോന്നുന്നു.”

ബിജു തമാശ പറഞ്ഞു.

ബിജുവിന്റെ ശബ്ദംകേട്ട് അച്ചൻ പൂമുഖത്തേക്ക് വന്നു. ബിജു അച്ചനു നേരെ ഉപചാരം ചൊല്ലി. ഞാനും അച്ചനെ ബഹുമാനിച്ചു.

“അച്ചോ, വർക്കി സാറിനെ കാണാനില്ല.”

ബിജു ആവലാതിപ്പെട്ടി തുറന്നു.

“കാണാതെ പോകാൻ വർക്കിയെന്താ നാനോ സിം വല്ലതുമാണോ?”

അച്ചൻ പൊട്ടിച്ചിരിച്ചു.

അച്ചൻ ആള് ന്യൂജെൻ ആണെന്ന് ഞാനോർത്തു. അല്ലായിരുന്നുവെങ്കിൽ നാനോ സിം എന്നതിനു പകരം കടുകുമണി എന്ന വാക്ക് ഉപയോഗിക്കുമായിരുന്നുവല്ലോ.

“സത്യമാണച്ചോ, ഇന്നലെ മുതൽ വർക്കി സാറിനെ കാണാനില്ല.”

തന്റെ പരിദേവനം അച്ചൻ മുഖവിലയ്ക്ക് എടുത്തില്ല എന്നറിഞ്ഞ ബിജു സത്യത്തെ കൂട്ടുപിടിച്ച് തന്റെ വാക്കുകൾ ആവർത്തിച്ചു.

“അപ്പോൾ പിന്നെ ആ ഇരിക്കുന്നത് ആരാ?”

അച്ചൻ ഞങ്ങളെ ഊശിയാക്കി.

കാൽമുട്ടുകളിൽ മുഖം ചേർത്ത് ഒരു രൂപം മുറിക്കുള്ളിൽ കുനിഞ്ഞിരിക്കുന്നത് ഞങ്ങൾ കണ്ടു.

“അയ്യോ-”

അത്ഭുതപരവശനായ ബിജു ഒച്ച വെക്കാൻ തുനിഞ്ഞു.

‘ശ്’

ചുണ്ടിനു കുറുകെ വിരലുകൊണ്ട് വേലികെട്ടി അച്ചൻ അവനെ നിശബ്ദനാക്കി.

“വർക്കി അല്പം വിശ്രമിക്കട്ടെ.”

അച്ചന്റെ കണ്ണുകളിൽ കരുണ പൂത്തു.

മിഴിച്ചു നിൽക്കുന്ന ഞങ്ങളോടായി അച്ചൻ വിശദീകരിച്ചു-

“കാഞ്ഞിരക്കൊല്ലി പള്ളിയിലെ കൊച്ചച്ചനാണ് അല്പം മുമ്പ് വർക്കിയെ ഇവിടെ എത്തിച്ചത്. ഇന്നലെ രാത്രി വർക്കി അദ്ദേഹത്തിന്റെ സ്വന്തം ഗ്രാമത്തിലായിരുന്നു. എപ്പിറ്റാപ്പുകൾ ഇളകിയടർന്നു തുടങ്ങിയ മാതാവിന്റെ കല്ലറക്കരികിൽ നിന്ന് വർക്കിയെ കണ്ടെത്തിയത് ആ ഇടവകയിലെ വികാരിയാണ്.”

അച്ചൻ പറഞ്ഞു നിർത്തി.

അപ്പോഴും എന്തൊക്കെയോ സംശയങ്ങൾ അന്തരീക്ഷത്തിൽ ബാക്കി നിന്നു. കയ്യുറക്കാത്ത മനുഷ്യൻ പകർത്തിയ ചിത്രം പോലെ നേർത്തൊരു അവ്യക്തത ആദ്യന്തം ശേഷിക്കുന്നതായി എനിക്കു തോന്നി.

“എന്തിനാണ് വർക്കി സാർ-?”

ഞാൻ ചോദിച്ചു.

“ടോൾസ്റ്റോയിയുടെ അന്നാ കരിനീന വായിച്ചിട്ടുണ്ടോ?”

മറുചോദ്യം കൊണ്ട് അച്ചൻ ഞങ്ങളെ നേരിട്ടു. ഞാൻ നിശബ്ദനായി നിന്നു. എങ്ങനെയും വ്യാഖ്യാനിക്കാവുന്ന ഒരു തലയാട്ടലിൽ ബിജു അഭയം തേടി.

"സന്തുഷ്ടമായ എല്ലാ കുടുംബങ്ങളും ഒരുപോലെയാണ്. എന്നാൽ അസന്തുഷ്ടമായ ഓരോ കുടുംബവും അതിന്റേതായ രീതിയിൽ അസന്തുഷ്ടമായിട്ടുള്ളതാണ്."

അന്നാ കരിനീനയുടെ പ്രഥമവാക്യം അച്ചൻ ഓർമ്മയിൽനിന്ന് ഉദ്ധരിച്ചു.

അച്ചന്റെ വാക്കുകൾ മനസിൽ സ്ഫുലിംഗമാകുന്നത് ഞാനറിഞ്ഞു. എന്റെ സംശയങ്ങൾ പാകത്തിന് വെന്തുകിട്ടാൻ തുടങ്ങിയിരിക്കുന്നു.

ഇലകളിൽ ആലേഖനം ചെയ്യപ്പെട്ടിരിക്കുന്ന തന്റെ ആത്മകഥയിൽ ഗവേഷണം നടത്തുന്ന മിഥുനക്കാറ്റിന് പൊൻപഴം അർച്ചിക്കുന്ന മൂവാണ്ടൻമാവിനു നേരെ ദൃഷ്ടിയൂന്നി ഞാൻ നിന്നു.

❖❖

ഗൃഹമില്ലാത്തവന്റെ ഗൃഹപാഠം

ഗൃഹമില്ലാത്തവന്റെ ഗൃഹപാഠം

കമ്പോടു കമ്പ് വായിച്ചു തീർത്ത പത്രത്താളുകൾ വായനാമുറിയിൽ ചിതറിക്കിടന്നു. പത്രങ്ങൾ നിറഞ്ഞ വട്ടമേശക്കു ചുറ്റും അന്തേവാസികൾ സീറ്റുറപ്പിച്ചു. ഇനി വാർത്താ വിശകലനത്തിനുള്ള വേളയാണ്. നെടുങ്കൻ പ്രസ്താവനകളായും, വാഗ്വാദങ്ങളായും, ലിപിയില്ലാത്ത തെറികളായും വാർത്താവലോകനങ്ങൾ രൂപാന്തരപ്പെടുന്ന നേരം. വർത്തമാന പത്രം എന്ന പ്രയോഗം അന്വർഥമാക്കുന്ന സന്ദർഭം. രാജീവ് ഗാന്ധിയുടെ ദാരുണാന്ത്യത്തിൽ ശിവരശന്റെയും തനുവിന്റെയും പങ്കിനെക്കുറിച്ച്, സ്പെഷ്യൽ ഇൻവെസ്റ്റിഗേഷൻ ടീം തലവൻ കാർത്തികേയൻ നടത്തിയ വെളിപ്പെടുത്തലായിരുന്നു അന്നത്തെ പത്രങ്ങളുടെ മുഖ്യവാർത്ത.

പ്രഭാതഭേരിയിൽ പങ്കെടുക്കാതെ, ഭിത്തിയിലുറപ്പിച്ച കണ്ണാടിയിൽ സ്വയം മുഴുകി പവിത്രൻ നിന്നു.

"ആ കണ്ണാടിയിൽ ലൈക്കാകർഷണ യന്ത്രം ഘടിപ്പിച്ചിട്ടുണ്ടോ?"

സബാസ്റ്റ്യൻ ചോദിച്ചു.

"അത് ഛായാമുഖിയാണെന്ന് തോന്നുന്നു."

സുദർശൻ പറഞ്ഞു

"എന്തരാണെടേ അത്?"-

സുരേഷ് തിരക്കി.

"അതൊരു കണ്ണാടിയാണ്. ഹിഡുമ്പി ഭീമന് പ്രേമപൂർവ്വം സമ്മാനിച്ച മാന്ത്രിക കണ്ണാടി. പ്രണയമുള്ള വ്യക്തിയുടെ മുഖമാണ് അതിൽ കാണുക. ഛായാമുഖിയിൽ ഭീമൻ കണ്ടത് ദ്രൗപതിയെയാണ്. ദ്രൗപതി അർജുനന്റെയും, അർജുനൻ സുഭദ്രയുടെയും സുന്ദര വദനം ഛായാമുഖിയിൽ തെളിഞ്ഞു കണ്ടു"-

സുദർശൻ മറുപടി പറഞ്ഞു

"ആരുടെ മുഖമാണാവോ പവിത്രൻ കണ്ണാടിയിൽ കാണുന്നത്?"

കാർത്തികേയൻ സംശയാലുവായി.

"പവിത്രൻ ഒരാളുമായി ഇഷ്ടത്തിലാണ്. ഇഷ്ടം വെളിപ്പെടുത്താനുള്ള പരിശീലനത്തിലാണവൻ."

ചന്ദ്രമോഹൻ ഒരു രഹസ്യം വെളിപ്പെടുത്തി.

"അതിനു പറ്റിയ ദിനം ഏപ്രിൽ 1 ആണ്."

ജോസ് ചിരിച്ചു.

"എന്താണാവോ കാരണം?"

ജോയിയുടെ ജിജ്ഞാസ വാക്കുകളായി പുറത്തുവന്നു.

"പ്രതികരണം മോശമാണെങ്കിൽ, 'അയ്യേ, ഏപ്രിൽ ഫൂൾ ആക്കിയതാണേ' എന്നു പറഞ്ഞ് തടിയെടുക്കാമല്ലോ. ഒരു സെയ്ഫ്റ്റി വാൽവ്."

ജോസിന്റെ മറുപടി കേട്ട് എല്ലാവരും ഊറിച്ചിരിച്ചു. ഇതിനിടയിലായിരുന്നു സലാഹുദ്ദീന്റെ രംഗപ്രവേശം.

"എന്താണിവിടെ പതിവിൽക്കവിഞ്ഞ സന്തോഷം?"

സലാഹുദ്ദീൻ തിരക്കി.

"കണ്ണാടി കാൺമോളവും തന്നുടെ മുഖമേറ്റം
നന്നെന്നു നിരൂപിക്കുമെത്രയും വിരൂപന്മാർ."

മോഹനൻ പാടുപെട്ടു പാടി.

"കണ്ണാടി കണ്ട് ഞെട്ടിച്ചത്ത ഒരു കഥാപാത്രത്തെയറിയാമോ?"

ജെറോം ചോദിച്ചു.

"ആരവൻ?"-

സ്റ്റാൻലിയുടെ ആകാംക്ഷ വചനമായി മാറി.

"അവനല്ല; അവൾ. മെഡൂസ. ഭീകര രൂപിയായിരുന്ന മെഡൂസയെന്ന താടക. അജയ്യയായ അവളെ ഉന്മൂലനം ചെയ്യാൻ പെർസ്യൂസ് കണ്ടെത്തിയ ഉപായമാണ്, കണ്ണാടി. സ്വന്തം ഭീകരരൂപം കണ്ണാടിയിൽ കണ്ട് ഭയചകിതയായ മെഡൂസ ഞെട്ടി മരിച്ചു എന്നാണ് ഗ്രീക്ക് പുരാണം."

"പുരാണവും ചരിത്രവും പറഞ്ഞിരിക്കാതെ ചെരിപ്പിന്റെ കാര്യത്തിലൊരു തീരുമാനമെടുക്ക്"-

ബാലന്റെ ശബ്ദം കേട്ടു.

കയ്യിലൊരു ചെരിപ്പുകൂട് തൂക്കിപ്പിടിച്ചു കടന്നുവന്ന ബാലൻ ഞങ്ങളുടെ കാഴ്ചയുടെ ചാപപഥത്തിലുടക്കി. ഓണാഘോഷ വിജയികളായ മിടുക്കർക്ക് ലഭിച്ച സമ്മാനമായിരുന്നു, ആ കൂടിനുള്ളിൽ.

മുഖത്തെ ചിരി നാടുവിട്ടു പോയ ഞങ്ങളിൽ ഓർമ്മയുടെ മീസാൻകല്ലുകൾ തെളിഞ്ഞു.

ഇത്തവണത്തെ ഓണത്തിന് സംഘടിപ്പിക്കേണ്ട പരിപാടിയെക്കുറിച്ചുള്ള ചർച്ച അവിരാമം നടക്കുകയായിരുന്നു. മാവേലിയുടെ വരത്തുപോക്ക് ദിനം സമുചിതമായി ആഘോഷിക്കാൻ ഉതകുന്ന ഐറ്റത്തിന്റെ കാര്യത്തിൽ അഭിപ്രായ ഐക്യം ഉരുത്തിരിയുന്നതേയില്ല. ഓണപ്പൊട്ടനാണ് ആദ്യമായി പൊന്തി വന്നത്. ഓണപ്പൊട്ടൻ മാത്രമല്ല, ക്രിസ്തുമസ് പൊട്ടനും വിഷുപ്പൊട്ടനുമെല്ലാം ഇവിടെത്തന്നെയുണ്ടെന്നും, പ്രത്യേകിച്ചൊരു അവതരണത്തിന്റെ കാര്യമില്ലെന്നും പറഞ്ഞ് പപ്പൻ ആ ആശയത്തിന്റെ മൂർദ്ധാവിൽ ആഞ്ഞടിച്ചു. കഴിഞ്ഞ തവണ ക്രിസ്തുമസ് പപ്പയായി വേഷമിട്ട ആന്റണിയും പപ്പന്റെ അഭിപ്രായത്തെ പിന്താങ്ങി. മറ്റുള്ളവരെല്ലാം ദീപ്തമായ മുഖത്തോടെ തിരുപ്പിറവി ആഘോഷിച്ച് ഉല്ലസിച്ചപ്പോൾ, മുഖം നഷ്ടപ്പെട്ടു നടക്കേണ്ടി വന്ന പിറവിത്തിരുനാൾ ഓർമ്മ ആന്റണിയെ പൊതിഞ്ഞു. താൻ തന്നെ ഓണപ്പൊട്ടൻ കെട്ടേണ്ടി വരുമെന്ന ആശങ്കയിൽ ആന്റണി ആ ആശയത്തെ നഖശിഖാന്തം എതിർത്തു. ഓണത്തല്ല് എന്ന പ്രാക്തനാചാരം പിന്നീട് ചർച്ചയിൽ ഇടം പിടിച്ചു. ഓണത്തല്ല് എന്നു കേട്ടപ്പോൾത്തന്നെ സാത്വികനായ ഭാസ്കരൻ അതിന് എതിര് പറഞ്ഞു. തല്ലും വഴക്കുമൊന്നും ഇവിടെ വേണ്ട കൂട്ടരേ എന്ന് ആ വയോധികൻ നിലപാടെടുത്തു. ഇക്കുറി ഓണപ്പാട്ടാവാം എന്ന ആശയം പുറത്തെടുത്തത് ശശിയാണ്. ഒരു ഫുള്ള് വാങ്ങിക്കൊടുത്താൽ നമ്മുടെ ബേബി ഭരണിപ്പാട്ടു വരെ പാടുമെന്നു പറഞ്ഞ് അതിനു തടസം നിന്നത് ഡൊമിനിക്കാണ്. അത്താഴം മുടക്കാൻ വ്രതമെടുത്ത നീർക്കോലിയെപ്പോലെ ഓരോരുത്തരായി ലൊടുക്കു ന്യായവുമായി തല പൊന്തിച്ചുകൊണ്ടിരുന്നു. ഓണപ്പുടവ എന്ന ആശയം ഏതാണ്ട് കരയ്ക്കടുത്തതാണ്. അപ്പോഴാണ് ശ്രീധരനിലെ വിമർശകൻ ഉണർന്നത്. സവർണ്ണമേധാവിത്വ ധ്വനിയുള്ള പ്രയോഗമാണ് ഓണപ്പുടവയെന്നും, അരികുവൽക്കരിക്കപ്പെട്ടവരോട് ചേർന്നു പോകുന്ന പദം ഓണത്തോർത്ത് ആണെന്നും ശ്രീധരൻ നിലപാടെടുത്തു. തൊമ്മൻ മുറുകുമ്പോൾ ചാണ്ടി അയയും എന്ന മട്ടിൽ ചർച്ച മുന്നോട്ടു നീങ്ങിക്കൊണ്ടിരുന്നു. അപ്പോഴാണ് അത്യുന്നതങ്ങളിൽ നിന്ന് ഒരു അശരീരി കേട്ടത്-

“നമുക്ക് ഷട്ടിൽ കളി മതി.”

ഞങ്ങൾ മുകളിലേക്കു നോക്കി. സൗന്ദര്യത്തിന്റെ യാതൊരു സാമാന്യ ലക്ഷണങ്ങളും ഇല്ലാത്ത രവിയുടെ മുഖത്ത് ഞങ്ങളുടെ കണ്ണുകൾ ഉടക്കി.

ടെറസിന് മുകളിലുറപ്പിച്ച നീണ്ട ഇരുമ്പു കമ്പിയിലെ ആന്റിനയിൽ പിടിച്ചു തിരിച്ച്, ടെലിവിഷനിലെ ചിത്രങ്ങൾക്കു മിഴിവ് കൂട്ടുകയായിരുന്നു, രവി. ആന്റിന ക്രമീകരിക്കുന്നതിനനുസൃതമായി ടെലിവിഷനിലെ ചിത്രങ്ങളുടെ വ്യക്തത തിട്ടപ്പെടുത്താൻ ഹാളിൽ ശട്ടം കെട്ടി നിർത്തിയിരുന്ന കരുണാകരനും രവിയെ പിന്താങ്ങി–

"ശരിയാ, ഷട്ടിൽ മതി."

ആ ആശയം എല്ലാവർക്കും ഇഷ്ടമായി. ഒന്നൊന്നര ഇഷ്ടം.

അങ്ങനെയാണ് ഷട്ടിൽ കളിയിലേക്ക് കാര്യങ്ങൾ എത്തിച്ചേർന്നത്. ഞങ്ങളിൽ പലരും പേരെടുത്ത ഷട്ടിൽ കളിക്കാരായിരുന്നു. നമ്മുടെ ടീമും പ്രാദേശിക ടീമും തമ്മിൽ ഓണത്തിന് ഷട്ടിൽ മത്സരം നടത്താൻ തത്വത്തിൽ തീരുമാനമായി. വിജയിക്കുന്ന ടീമിന് ഒരു ജോഡി വള്ളിച്ചെരിപ്പ് സമ്മാനമായി നൽകാൻ ഒരാളെ ഏർപ്പാടാക്കാമെന്ന് ജയൻ ഉറപ്പു നൽകി. രാമനാട്ടുകരയ്ക്കടുത്തുള്ള ഒരു ചെരിപ്പ് കമ്പനിയുടമ തന്റെ പരിചയക്കാരനാണെന്ന് ജയൻ പറഞ്ഞു.

"കഴിഞ്ഞ മാസം ഒരാവശ്യത്തിന് ഒരുപാട് തവണ അയാൾ എന്റടുത്തു വന്നിട്ടുണ്ട്."–

ജയൻ ഞങ്ങളെ അറിയിച്ചു.

"ഇനിയുള്ള ദിവസങ്ങളിൽ മെസിലെ ചിക്കന്റെയും മട്ടന്റെയും അളവ് വർദ്ധിപ്പിക്കണം. എന്തു വില കൊടുത്തും നമ്മുടെ ടീം ജയിച്ചേ മതിയാവൂ."

ശശി പറഞ്ഞു.

ഛോട്ടാ ഭീമിന്റെ ശരീരാകൃതിയുള്ള ശശിയുടെ ഉള്ളിലിരുപ്പ് എല്ലാവർക്കും പിടി കിട്ടിയെങ്കിലും, കൊമ്പു കോർക്കാൻ ആരുമൊന്നും തുനിഞ്ഞില്ല. നല്ല ഭക്ഷണം ലഭിക്കാതെ, കരുത്ത് കുറഞ്ഞതുകൊണ്ടാണ് പരാജയപ്പെട്ടതെന്ന മുടന്തൻന്യായം കേൾക്കാൻ ആരും തയ്യാറായിരുന്നില്ല.

"ഭരിക്കുന്നത് മുഖ്യമന്ത്രിയാണ് എന്ന് പറയാറുണ്ടെങ്കിലും യഥാർത്ഥത്തിൽ നാടു ഭരിക്കുന്നത് ബ്യൂറോക്രസിയാണ്. നമ്മൾ ഉൾപ്പെടുന്ന ഉദ്യോഗസ്ഥ വൃന്ദം. ചുവപ്പുനാടയിൽ എവിടെ കുരുക്ക് മുറുക്കണമെന്നും അയയ്ക്കണമെന്നും തീരുമാനിക്കുന്നത് നമ്മളാണ്. ഉദ്യോഗസ്ഥ അധീശത്വം നാട്ടുടീമിന്റെ മുന്നിൽ കാഴ്ചവെച്ചേ മതിയാവൂ. അതുകൊണ്ടുതന്നെ, ഇടിവെട്ടു സ്മാഷുകൾ തലങ്ങും വിലങ്ങും പായിച്ച് ലോക്കൽ ടീമിനെ തരിപ്പണമാക്കാൻ നമുക്കു കഴിയണം."

ജയന്റെയുള്ളിൽ നിന്ന് ഉദ്യോഗസ്ഥ ദുഷ്പ്രഭുത്വം പുറത്തു ചാടി.

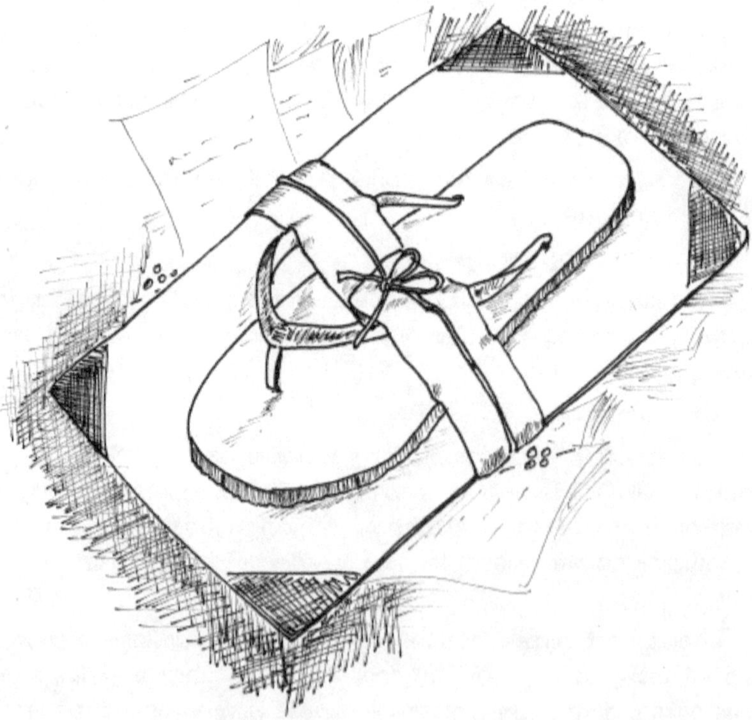

ഇല്ലാത്ത പദപ്രശ്നം പൂരിപ്പിക്കുന്ന മട്ടിൽ ശ്രോതാക്കളെല്ലാവരും കനപ്പിച്ചിരുന്നു.

കളിദിനം പുലർന്നു.

എല്ലാവരുടെയും ആഗ്രഹം പോലെ ഞങ്ങളുടെ ടീം വിജയത്തിന്റെ വെന്നിക്കൊടി പാറിച്ചു.

സ്പോൺസർ ചെയ്ത സമ്മാനം നൽകാൻ വന്ന ചെരിപ്പ് കമ്പനി യുടമ, വിജയിച്ച ടീമിനെ പ്രകീർത്തിച്ച് ഒരു കവിൾ സംസാരിച്ച്, സമ്മാന കവറുകൾ നൽകി യാത്രയായി. കവറിനുള്ളിൽ ടീം അംഗങ്ങൾക്കുള്ള പുതുപുത്തൻ ചെരിപ്പുകളുണ്ടായിരുന്നു. എന്നാൽ അവയെല്ലാം വലതു കാലിനു യോജിച്ചവ മാത്രമായിരുന്നു എന്നറിഞ്ഞ ഞങ്ങൾ ഖിന്നരായി.

"ലോകത്തിലെവിടെയും മുതലാളി ഇടതുപക്ഷ വിരുദ്ധനായിരിക്കും."

ശ്രീധരൻ വാക്കുകൾ കൊണ്ട് വിളവു കൊയ്തു.

"പരന്ന പാത്രത്തിൽ കൊറ്റിയ്ക്കും, കഴുത്തു നീണ്ട പാത്രത്തിൽ കുറുക്കനും പാനീയം നൽകി സൽക്കരിച്ച പഴങ്കഥയാണ് ഓർമ്മ വരുന്നത്"-

മോഹൻകുമാർ പറഞ്ഞു.

"നമ്മളെന്തു ചെയ്യണം?"

തലേന്നു കിട്ടിയ ചെരിപ്പുകൂട് ഉയർത്തി പിടിച്ച് ബാലൻ ചോദിച്ചു.

റീഡിംഗ് റൂമിൽ നിശബ്ദത പരന്നു.

"കവറിനുള്ളിൽ ചെരിപ്പ് ഇട്ടവനു പറ്റിയ അബദ്ധമായിരിക്കും. നമുക്ക് ഫാക്ടറിയിൽ പോയി മാറ്റി വാങ്ങാം."

ജോർജ് പ്രയോഗികമതിയായി. വായനാമുറിയിൽ അരങ്ങേറിയ മാരത്തോൺ ചർച്ചകൾക്കു ശേഷം, ബാലനും പവിത്രനും ജയനും കൂടി രാമനാട്ടുകരയിൽ പോകുവാൻ തീരുമാനമായി.

"ഇവനും പോരട്ടെ, ഒരു രസത്തിന്"-

പച്ചവെള്ള നിഷ്കളങ്കതയോടെ എന്നെ ചൂണ്ടി ബാലൻ പറഞ്ഞു.

"രസമായാലും മോരായാലും ചെരിപ്പ് മാറ്റി വാങ്ങിയേ തിരികെ വരാവൂ."-

ബിജു ഓർമ്മപ്പെടുത്തി.

നല്ല കാര്യത്തിന് മൂന്നു പേരു പോകുന്നത് ശുഭമല്ലെന്ന ചിന്തയൊന്നു കൊണ്ടു മാത്രമാണ് എന്നെയും കൂടെക്കൂട്ടുന്നതെന്ന് ഞാൻ മനക്കണക്കു കൂട്ടി.

യാത്രക്കായി ചമഞ്ഞൊരുങ്ങുന്ന പവിത്രനെ സാകൂതം നോക്കുന്ന ജയനോട് ആൻഡ്രൂസ് പറഞ്ഞു-

“നിങ്ങൾക്കു വേണ്ടി ആഹരിക്കുക, മറ്റുള്ളവർക്കു വേണ്ടി വസ്ത്രം ധരിക്കുക എന്നാണല്ലോ ചൊല്ല്.”

ഞങ്ങൾ നാൽവർ സംഘം ആ ഹ്രസ്വയാത്രയ്ക്കു തയ്യാറായി.

ത്രികാലജ്ഞാനിയായ പല്ലി ഉത്തരം താങ്ങുന്നതു നിർത്തി ഞങ്ങളെ നോക്കി ഒന്നു ചിലച്ചു. അതോ ചിരിച്ചോ?

മാതാപ്പുഴ - ചേളാരി - രാമനാട്ടുകര ബോർഡ് വെച്ച കുട്ടിബസിൽ ഞങ്ങൾ കയറി.

പിടയ്ക്കുന്ന ഒരു പത്തു രൂപാ നോട്ട് കണ്ടക്ടർക്കു നേരെ നീട്ടി ബാലൻ പറഞ്ഞു-

“നാല് രാമനാട്ടുകര.”

നോട്ടിന്റെ വെൺമ കണ്ണുകളിലേക്ക് ആവാഹിക്കുന്ന പവിത്രനോട് ബാലൻ വിശദീകരിച്ചു-

“ഈ മാസം ശമ്പളത്തിനായി ഫിനാൻസ് ബ്രാഞ്ചിൽ ‘ക്യൂ’ നിന്നപ്പോൾ കയ്യിൽ കിട്ടിയത് പൊട്ടിക്കാത്ത ഒരു കെട്ട് പത്തിന്റെ നോട്ടുകളും കുറേ നാണയത്തുട്ടുകളുമാണ്. സത്യം പറഞ്ഞാൽ പുതുമണം മാറാത്ത നോട്ട് കൈവിടാൻ തോന്നുന്നതേയില്ല.”

കഴിഞ്ഞ മാസം ശമ്പളദിവസം കുറച്ചു തുക ബാലനോട് ജയൻ കടം വാങ്ങിയിരുന്നു. അതുകൊണ്ടുതന്നെ പണ സംബന്ധിയായ ചർച്ചയിൽ ജയൻ അപകടം മണത്തു.

“വിജനമായിക്കിടക്കുന്ന ചേളാരിയിൽ നിറയെ കെട്ടിടങ്ങൾ വരാൻ പോവുന്നത്രെ. കൂറ്റൻ ഗ്യാസ് സംഭരിണിയും പെട്രോൾ പമ്പും മറ്റു കെട്ടിടങ്ങളും വരുന്നുണ്ടെന്നാണ് കേൾവി.”

ജയൻ സംസാരത്തിന്റെ ഗതി മാറ്റി.

“അവിടെക്കാണുന്ന വിശാലമായ ടാർ റോഡോ?”

പവിത്രൻ തിരക്കി.

“മാവൂർ ഗ്ലാളിയോർ റയോൺസ് ഫാക്ടറിയിലേക്കു വന്നിരുന്ന ബിർലയുടെ ചെറു വിമാനമിറങ്ങിയിരുന്ന റൺവേയാണത്. ഫാക്ടറി പൂട്ടിയതോടെ വിമാനവും യാത്രയും നിലച്ചു. സ്ഥലം കാടു കയറുകയും ചെയ്തു.”

“ചേളാരിയിലെ കുണ്ടനിടവഴിക്കു സമീപമുള്ള കള്ളുഷാപ്പ് അടച്ചു പൂട്ടുമോ?”

ജയന്റെ വ്യാകുലത അതായിരുന്നു.

ഏതു പെണ്ണും തന്റെ വേളിക്കു വേണ്ടിയാണെന്നു കരുതുന്ന ഇന്ദുലേഖയിലെ സൂരി നമ്പൂതിരിപ്പാടിനെപ്പോലെ, ഏതു ഷാപ്പും തനിക്കു വേണ്ടിയാണെന്നു കരുതുന്ന ജയനു നേരെ ഞാൻ കടക്കണ്ണെറിഞ്ഞു. കള്ളുഷാപ്പിനെക്കുറിച്ചുള്ള സ്മരണ ഈരടിയായി ജയനിൽ നിന്ന് ബഹിർഗമിച്ചു-

“കാളിയെന്നെ പറ്റിച്ചേ, കള്ളിൽ വെള്ളം ചേർത്തേ,

ഞാനുമവളെ പറ്റിച്ചേ, കള്ളപ്പണം കൊടുത്തേ.”

പുലരിയുടെ വാഗ്ദാനങ്ങൾ പാലിക്കാനുറച്ച പകലിലേക്ക് ബസിറങ്ങിയ ഞങ്ങൾ സമയത്തിന്റെ സമ്മർദ്ദമില്ലാതെ ചെരിപ്പു ഫാക്ടറി ലക്ഷ്യമാക്കി നടന്നു.

വഴിയരികിലുള്ള പൊട്ടക്കുളത്തിനടുത്ത് കുറച്ച് പിറുങ്ങണിപ്പിള്ളേർ നില്ക്കുന്നതു കണ്ടു. വെയിലേറ്റു മിന്നാൻ കൊതിക്കുന്ന വെള്ളത്തിന് ധാർഷ്ട്യത്തോടെ തടസമായി നിൽക്കുന്ന പായലിനിടയിലൂടെ, പച്ചത്തവളകൾ ഉണ്ടക്കണ്ണുരുട്ടി കുട്ടികളെ ഭയപ്പെടുത്തുന്നതു കണ്ട് ഞങ്ങൾ നടന്നു.

“ചില മനുഷ്യർ വിവാഹത്തോടെ കോലം കെട്ടു പോകുന്നതു പോലെ, പുത്തൻ ചെരിപ്പ് അകാലത്തിൽ മെന കെട്ടു പോകുന്നതിന്റെ കാരണമറിയാമോ?”

ബാലൻ ചോദിച്ചു.

“താൻ ചുമക്കുന്നവന്റെ കയ്യിലിരുപ്പിനെക്കുറിച്ചുള്ള പാദരക്ഷകളുടെ വ്യഥയാണ് ഇതിനു ഹേതു. ഈ മനുഷ്യാധമനെയാണല്ലോ തനിക്ക് വിധിച്ചത് എന്ന വ്യാകുലതയിൽ വെന്തു നീറുന്ന ചെരിപ്പിന് അകാലത്തിൽ വൈരൂപ്യം സംഭവിക്കുന്നു. പാദങ്ങൾക്കുമുണ്ട് മോഹങ്ങൾ എന്നു പരസ്യത്തിൽ പറയുന്നതു പോലെ, പാദുകങ്ങൾക്കുമുണ്ട് മോഹങ്ങൾ. ഇണയെ നഷ്ടമായാൽ പിന്നെ തനിച്ചു ജീവിക്കാൻ ത്രാണിയില്ലാത്ത ഈ പ്രണയജോഡിയുടെ തരളിത മോഹങ്ങൾ.”

ബ്രഹ്മാണ്ഡപ്പക്ഷിയുടെ കൂട് പോലുള്ള ഫാക്ടറി കണ്ണിലുടക്കി. ആ ഫാക്ടറിക്കു മുന്നിൽ, ഗുളികന്റെ വൃക്ഷമായ ചെമ്പകം പൂത്തുലഞ്ഞു നിന്നിരുന്നു.

“മുതലാളിയെ കണ്ടുപിടിക്കാൻ ഇനി പാടൊന്നുമില്ല. മുട്ടക്കുള്ളിൽ എവിടെയെങ്കിലും കരു കാണുമല്ലോ.”

ഫാക്ടറി കണ്ട സന്തോഷത്തിൽ ജയൻ പറഞ്ഞു.

ശ്വസിച്ച് ശ്വസിച്ച് ശ്വാസം വറ്റാറായൊരു കിഴവൻ ഗെയിറ്റിനു മുന്നിൽ കാവൽ നിന്നിരുന്നു. ആശാനിരാശകൾ അന്യമായ ആ മുഖത്ത് അനുതാപത്തോടെ ഞാൻ നോക്കി.

“നിങ്ങൾ വരുമെന്ന് മുതലാളി പറഞ്ഞിരുന്നു.”

വൃദ്ധന്റെ ചുണ്ടുകൾ ചലിച്ചു.

“മുതലാളി ഇപ്പോൾ വരും”

വിനയത്തിന്റെ തൊങ്ങൽ ചാർത്തിയ ഒരു ശബ്ദം കേട്ടു.

“ഞാൻ സോമൻ. കമ്പനി അക്കൗണ്ടന്റാണ്.”

ആ ശബ്ദത്തിന്റെ ഉടമ വീണ്ടും പറഞ്ഞു.

“സ്വയംതൊഴിൽ പദ്ധതി പ്രകാരം ലോണെടുത്തു തുടങ്ങിയ ഫാക്ടറിയാണ്.”

ചിരിയെ മന്ദഹാസത്തിലേക്ക് ക്രമീകരിച്ച് സോമൻ സംസാരം തുടർന്നു.

“ഓഫീസിലേക്കിരിക്കാം”-

മുതലാളിയുടെ സ്വരം കേട്ടു.

പെരുമാറ്റ മര്യാദയുടെ അന്താരാഷ്ട്രനിലവാരം പുലർത്തിയ ആ യുവ മുതലാളിയെപ്പറ്റി ഞങ്ങൾക്കു വളരെ മതിപ്പു തോന്നി.

ചെരിപ്പു മാറ്റിവാങ്ങി ഞങ്ങൾ ഓഫീസിൽ നിന്നിറങ്ങി.

കപ്പലോട്ടിയ തമിഴന്റെ ഗമയിൽ ഗെയിറ്റിനടുത്തെത്തി.

“ഈ യാത്രയെപ്പറ്റി നീ എഴുതണം. എഴുത്തുകാരന്റെ ചവിട്ടേൽക്കാൻ കാത്തു കിടക്കുന്ന അഹല്യയാണ് ഓരോ അനുഭവവും”-

ബാലൻ എന്നോടായി പറഞ്ഞു.

“ഈ അഹല്യയെ നിന്ദാസ്തുതിയോടെ ഇവൻ ചവിട്ടിക്കൂട്ടുമോ യെന്നാണ് എന്റെ പേടി.”

ജയൻ ചിരിച്ചു.

യാത്രയുടെ ഫലശ്രുതിയിൽ എല്ലാവരും തൃപ്തരായിരുന്നു. എങ്കിലും ഓർമ്മയുടെ നെടുമ്പുറത്ത് വഴിവിലങ്ങിയായി ഒരു വാചകം നിന്നിരുന്നു.

ആ വാചകത്തിന് വ്യക്തത തേടി ഞങ്ങൾ കാവൽക്കാരന് സമീപമെത്തി.

"ഞങ്ങൾ വരുമെന്നു പറയാൻ കാരണം?"

വൃദ്ധനോടു ഞാൻ തിരക്കി.

"സോമൻ സാറിനോട് മുതലാളി സംസാരിക്കുന്നത് കേട്ടതാണ്."

"എന്തു കേട്ടു?"

"തന്നെ വട്ടംകറക്കിയവന് തക്കംകിട്ടിയാൽ പണി കൊടുക്കുന്നതിന്റെ നൈതികതയെപ്പറ്റിയുള്ള മുതലാളിയുടെ താത്വിക വിചാരങ്ങൾ."

കാവൽക്കാരന്റെ വാക്കുകൾ കേൾക്കവെ, ചുവപ്പു നാടയുടെ ഒരോർമ തന്റെ മനസിലൂടെ മിന്നിമറയുന്നത് ജയൻ അറിഞ്ഞു.

മടക്കയാത്രയിലുടനീളം ജയൻ തികച്ചും നിശബ്ദനായിരുന്നു.

❖❖

വായില്ലാക്കുന്നിലപ്പൻ

വായില്ലാക്കുന്നിലപ്പൻ

കർണ്ണാടകയിലെ പക്ഷി കാശി എന്നറിയപ്പെടുന്ന രംഗനതിട്ടു പക്ഷി സങ്കേതത്തിലായിരുന്നു, ഞാൻ. കാവേരീതീരത്തുള്ള ഈ പക്ഷിത്തുരുത്തിലെ പറവകളുടെ ജലക്രീഢകൾ വീക്ഷിച്ച് സഞ്ചാരികൾ നടന്നു നീങ്ങിക്കൊണ്ടിരുന്നു. ഷഷ്ടിപൂർത്തി ആഘോഷിക്കാറായൊരു നെല്ലി മരം അല്പമകലെ തലയുയർത്തി നിന്നിരുന്നു. കടുകു പൊതിയാൻ പോലും വലിപ്പമില്ലാത്ത തന്റെ ഇലകൾ കാറ്റിന്റെ കരങ്ങളിലേറി ജലാശയത്തിനു നേരെ യാത്രയാകുന്നതും നോക്കി ആ വൃക്ഷവൃദ്ധൻ നിന്നു. ഒരുപറ്റം കന്നഡികപ്പൈതങ്ങൾ കലപില ശബ്ദമുതിർത്ത് ആ മരച്ചോട്ടിൽ നെല്ലിക്ക പരതുന്നുണ്ടായിരുന്നു. നിത്യഹരിതനായൊരു മൂപ്പൻസായ്പ്, സ്പ്രിങ്ങ് മുടിക്കാരിയായ ആഫ്രിക്കൻ യുവതിയുടെ അരക്കെട്ടിൽ ചുറ്റിപ്പിടിച്ച് നൃത്തശില്പം തീർക്കുന്ന ബ്ലാക്ക് & വൈറ്റ് കാഴ്ചയുടെ പൊലിമ നുകർന്ന് ഞാനിരുന്നു.

"അമ്മേ, ആനറാഞ്ചിപ്പക്ഷിയുടെ മുട്ട."

നേർത്തൊരു പിഞ്ചു ശബ്ദം കേട്ടു.

കൂറ്റൻ പക്ഷിമുട്ടയുടെ ആകൃതിയിൽ നെല്ലിമരത്തിനു സമീപം നിർമ്മിച്ചൊരു ശില്പത്തിനു മുന്നിൽ നില്ക്കുന്ന ബാലികയുടെ ശബ്ദമായിരുന്നു, അത്. ഏഴെട്ടു വയസ് പ്രായം മതിക്കുന്ന ആ പെൺകുട്ടി, മുട്ട ശില്പത്തിനു നേരെ തന്റെ അമ്മയുടെ ശ്രദ്ധ ആകർഷിക്കുകയാണ്. നല്ല മുഖശ്രീയുള്ള കുട്ടി. ഒരിക്കൽക്കൂടി ആ കുട്ടിയെ നോക്കിയ ഞാൻ ഞെട്ടിപ്പോയി. ഇത് മാളവികയല്ലേ? വേദികയുടെ മകൾ? എന്റെ സഹപ്രവർത്തകനായിരുന്ന ഷാജുവിന്റെ പൊന്നോമന? റെറ്റിന സൂം ചെയ്ത്, ഈറൻവെയിലിലൂടെ ആ കുട്ടിയെ ഞാൻ സാകൂതം നോക്കി. എന്റെ ചുഴിഞ്ഞുനോട്ടം തിരിച്ചറിഞ്ഞ കുട്ടി, അമ്മേയെന്നു വിളിച്ച ആ സ്ത്രീയോട് എന്തോ പറയുന്നതും, അവർ ധൃതിയിൽ നടന്നുമറയുന്നതും ഞാൻ കണ്ടു.

ഏതാണ് ആ പെൺകുട്ടി? അവൾ മാളവിക തന്നെയാണോ? എങ്കിൽ ഒപ്പമുള്ള ആ സ്ത്രീ ആരാണ്? വിദൂരമായ ഈ ദേശത്ത് അവരിരുവരും

മാത്രമായി എങ്ങിനെ വന്നു? അവർ തമ്മിൽ എന്തു സ്വകാര്യമാണ് കൈ മാറിയത്? എന്റെ ചിന്തകൾ കാടു കയറാൻ തുടങ്ങി.

മനസിലേക്ക് സ്വയമൊരു കീറാമുട്ടിയിട്ടു കൊടുത്ത ഞാൻ അസ്വസ്ഥ നാകാൻ തുടങ്ങി. ആ കുട്ടി മാളവിക ആകാനിടയില്ലെന്ന നിഗമനത്തിൽ ഒടുക്കം ഞാൻ എത്തിച്ചേർന്നു. ഒരാളെപ്പോലെ ഒൻപതുപേർ ഉണ്ടെന്നാ ണല്ലോ കണക്ക്. മുതിർന്നവരുടെ കാര്യമാണത്. ബാലകരുടെ കിളുന്നു മുഖങ്ങൾക്ക് സമാനതകൾ ഏറെയാണ്. അതുകൊണ്ട്, സാദൃശ്യമുള്ള ബാലകരുടെ എണ്ണം കൂടാനാണ് വഴി. അങ്ങനെ ആശ്വസിക്കുമ്പോഴും, കളകൂജനങ്ങൾ നിറഞ്ഞ ഈ പക്ഷിപാതാളത്തിലെ ആ മലയാള നാദം മനസിനെ അലട്ടിക്കൊണ്ടിരുന്നു. കണ്ണ് എന്ന തിരിച്ചറിയൽ രേഖ പ്രജ്ഞ യിൽ വീണ്ടും ആശയക്കുഴപ്പം നിറച്ചു. ഷാജുവിന്റെ മകളുടെ കണ്ണു കൾ തന്നെയാണ് കണ്ടതെന്ന്, മലക്കം മറിഞ്ഞ മനസ് എന്നോട് തർക്കി ക്കാൻ തുടങ്ങി.

ഒലിവിലയും കൊത്തിക്കൊണ്ട് നേഹയുടെ പെട്ടകത്തിനു നേരെ പറ ന്നണഞ്ഞ പ്രാവിനെപ്പോലെ, ചുണ്ടിലൊരു അത്തിപ്പഴവുമായി ഒരു താടി ക്കാരൻ പക്ഷി മുന്നിലൂടെ പറന്നു പോയി. അപ്പോൾ എന്റെ മനസിൽ ഓർമ്മകളുടെ കിളിയൊച്ച മുഴങ്ങാൻ തുടങ്ങി.

പത്തു വർഷം മുൻപാണ് ഷാജുവിനെ പരിചയപ്പെടുന്നത്. ഓഫീ സിൽ ഒപ്പം ജോലി ചെയ്യാൻ വന്ന പുതുമുഖമായിരുന്നു, അന്ന് ഷാജു. അവന്റെ മാന്യമായ പെരുമാറ്റം ഏവരെയും ഹഠാദാകർഷിക്കുന്നതായി രുന്നു. വഴിപിഴച്ചൊരു വാക്കുപോലും തന്റെ നാവിൽനിന്ന് ഉതിർന്നു വീഴാതിരിക്കാൻ ഷാജു സൂക്ഷ്മത പുലർത്തിയിരുന്നു. ഓഫീസിലെ സാംസ്കാരിക പരിസരം കാത്തുസൂക്ഷിക്കാനുള്ള ഉത്തരവാദിത്വം തനി യ്ക്കാണെന്ന മട്ടിലുള്ളതായിരുന്നു, ഷാജുവിന്റെ പെരുമാറ്റസംഹിത.

ജോലി പഠിക്കാൻ തുടങ്ങിയ നാളുകളിലൊന്നിൽ ഷാജു എന്റെയരി കിൽ വന്നു-

"ഏട്ടാ, ഈ ഫയലിൽ ഒരു ക്വറി ഉണ്ട്. എന്തു മറുപടിയാണ് നൽകുക?"

ചോദ്യത്തിലെ പ്രഥമപദം എന്നിൽ കുളിരായി പെയ്തിറങ്ങി. വൈകാ രികാംശം നിറഞ്ഞുനിൽക്കുന്ന ആ വാക്ക് എന്നെ കീഴ്പ്പെടുത്തിക്ക ളഞ്ഞു. അന്നു മുതൽ ഒരു അനുജനെപ്പോലെ ഷാജുവിനെ ഹൃദയപക്ഷം ഞാൻ ചേർത്തു പിടിച്ചു. ഔദ്യോഗിക ബന്ധത്തിനപ്പുറത്തേക്കുള്ള മന സടുപ്പത്തിലേക്കു നയിച്ചത് ആ അഭിസംബോധനയാണെന്ന് പിന്നീട് പലപ്പോഴും എനിക്കു തോന്നിയിട്ടുണ്ട്.

യുവാവായിരുന്ന ഷാജുവിന് വിവാഹാലോചനകൾ വരാൻ തുടങ്ങി. അവയിൽ ചിലത് ഉന്നതസ്ഥാനീയരായ ഉദ്യോഗസ്ഥകളുടെ ഭവനങ്ങളിൽ നിന്നായിരുന്നു. ഷാജുവിന്റെ അഭ്യുദയാകാംക്ഷി എന്ന നിലയിൽ അവന്റെ മനസറിയാൻ അവരിൽ ചിലർ എന്നെയാണ് സമീപിച്ചത്.

“ഒരു പെൺകുട്ടിയുമായി ഞാൻ പ്രണയത്തിലാണ്. വേദിക എന്നാണ് അവളുടെ പേര്. ഡിഗ്രിക്കു പഠിക്കുമ്പോൾ തുടങ്ങിയ ബന്ധമാണ്. അവളില്ലാതെ എനിക്കൊരു ജീവിതമില്ല.”

എന്റെ മുമ്പിൽ ഷാജു മനസു തുറന്നു.

“എങ്കിൽ പിന്നെ ആ പെൺകുട്ടിയെ വിവാഹം കഴിച്ചുകൂടേ?”

ഞാൻ ചോദിച്ചു.

“വലിയ ബന്ധുബലവും വമ്പൻ പിടിപാടുമുള്ളതാണ് വേദികയുടെ കുടുംബം. ഞങ്ങൾക്കിടയിൽ ജാതിയുടെ മതിൽക്കെട്ടുമുണ്ട്. ഈ ബന്ധം അറിഞ്ഞതു മുതൽ വേദിക വീട്ടുതടങ്കലിലാണ്.”

“വേദികയുടെ നിലപാട്-?”

ഞാൻ തിരക്കി.

“അവൾക്കെന്നെ ജീവനാണ്. ജീവന്റെ ജീവൻ.”

മറുപടി പറയവെ ഷാജു ത്രസിച്ചു. തന്റെ ആത്മാവുകൊണ്ട് ഷാജു ഏതോ സുഗന്ധസ്മൃതികളെ ആലിംഗനം ചെയ്യുന്നത് ഞാനറിഞ്ഞു.

“എന്താണ് നിങ്ങളുടെ പ്ലാൻ?”

ഞാൻ വീണ്ടും ചോദിച്ചു.

“അടുത്ത മാസം വേദികയുടെ വൈവാ വോസി ആണ്. വൈവയ്ക്കായി വേദികയെയും കൊണ്ട് അവളുടെ ആങ്ങളമാർ കാറിൽ എത്തിച്ചേരും. ആങ്ങളമാരുടെ കണ്ണ് വെട്ടിച്ച് വേദികയെ പുറത്തു കടത്തി അന്നു തന്നെ റജിസ്റ്റർ വിവാഹം നടത്തണമെന്നാണ് പദ്ധതി. ഏട്ടൻ ഞങ്ങളൊടൊപ്പം ഉണ്ടാകുമെന്ന് വാക്കു തരണം.”

ഞാൻ സമ്മതം മൂളി.

കോമ്പൗണ്ട് ഭിത്തിയോട് ചേർന്ന് വശപ്പിശകോടെ നിന്നിരുന്ന ഒരു പടുമരത്തിലൂടെ കയറിൽ തൂങ്ങിയിറങ്ങിയ വേദിക, തയ്യാറാക്കി നിർത്തിയിരുന്ന വാഹനത്തിൽ കയറി. ജീവിതവും ജീവനും കയ്യിൽപിടിച്ചുള്ള അവരുടെ ആ യാത്രയിൽ ഞാനും പങ്കുചേർന്നു. മസിലളിയന്മാരെ വെട്ടിച്ച് ഷാജു തന്റെ സംഘത്തോടൊപ്പം റജിസ്റ്റർ ഓഫീസിലെത്തി. മുല്ലപ്പൂക്കൾ പോലെ മഴ പൊഴിയുന്ന ആ സുദിനത്തിൽ ഷാജുവും വേദികയും വിവാഹജീവിതത്തിലേക്ക് കാലെടുത്തുവെച്ചു.

വേദിക അതീവ സുന്ദരിയായിരുന്നു. സൗന്ദര്യധാമമെന്ന് സ്വയം മേനി നടിച്ചിരുന്ന ചില സഹപ്രവർത്തകർ, വേദികക്കു നേരെ അസൂയക്കണ്ണെറിഞ്ഞു. ഉല്ലാസവതിയായ വേദിക, ചുണ്ടിൽ കുപ്പിവളക്കിലുക്കവുമായി ഷാജുവിനോടൊപ്പം സ്നേഹം പങ്കുവെച്ച് കഴിഞ്ഞു. മഞ്ഞക്കോളാമ്പിപ്പൂക്കൾ ചിതറിക്കിടക്കുന്ന കാമ്പസ് വഴിയിലൂടെ ഇണപിരിയാക്കിളികളായി നടന്നുപോകുന്ന അവരെ നോക്കി ഒരു നാട്ടുകാരൻ പറഞ്ഞു-

"ഈ പ്രണയം ഏഴു ജന്മം ഓടും."

ശർക്കരപ്പാവിന്റെ മാധുര്യം നിറഞ്ഞ ദിനങ്ങൾ കടന്നുപോകുകയായിരുന്നു. ഒരു ദിവസം ഷാജു എന്നോടു പറഞ്ഞു-

"വേദികയ്ക്കു വിശേഷമുണ്ട്."

മാളവികയുടെ വരവോടെ ഷാജുവും വേദികയും തമ്മിലുള്ള ഹൃദയരാഗം ഒന്നുകൂടി സുദൃഢമായി. അളവില്ലാ വാത്സല്യങ്ങൾ നുകർന്ന് മാളവിക വളർന്നു.

മാളവിക ഒന്നാം ക്ലാസിൽ പഠിക്കുന്ന കാലത്ത് ഒരു ദിവസം ഷാജു നിറകണ്ണുകളോടെ ഞങ്ങളോടു പറഞ്ഞു-

"വേദിക ഹോസ്പിറ്റലിൽ ആണ്. അവൾക്ക് തീരെ വയ്യ."

ഞങ്ങൾ ചില സഹപ്രവർത്തകർ ആസ്പത്രിയിലെത്തി. അത്യാസന്ന വാർഡിൽ തളർന്നു കിടക്കുന്ന വേദിക, മിഴിയാൻ മടിച്ച കണ്ണുകൾ കൊണ്ട് ഞങ്ങളെ നോക്കി. മരണാസന്ന ലക്ഷണങ്ങൾ ആ മുഖത്ത് കയറിയിറങ്ങുന്നതു കണ്ട ഞാൻ നടുങ്ങി. കൊലകൊല്ലി വൈറസ് വേദികയുടെ മസ്തിഷ്ക്കത്തെ പൂർണ്ണമായും ബാധിച്ചു കഴിഞ്ഞുവെന്നും, ഭൂമിയിലെ അവളുടെ സമയം തീരാറായെന്നും ഡോക്ടർ ഞങ്ങളെ അറിയിച്ചു.

എന്തോ പറയാൻ വേദിക പണിപ്പെടുന്നത് ഞങ്ങൾ കണ്ടു.

"ഷാജുവിനോടപ്പം ജീവിച്ച് കൊതി തീർന്നിട്ടില്ല."

അവൾ ചുണ്ടനക്കി. ആ ചുണ്ടുകളിൽ മരുഭൂമിയുടെ വരൾച്ചയുണ്ടായിരുന്നു.

ഞങ്ങളുടെ ഹൃദയം പിടച്ചു.

"ഷാജു എനിക്കൊരു വാക്കു തരണം."

അർദ്ധബോധാവസ്ഥയിൽ അവൾ ഞരങ്ങി.

"ഷാജുവിന്റെ ഇനിയുള്ള ജീവിതത്തിൽ മറ്റൊരു സ്ത്രീ ഉണ്ടാവരുത്."

"സത്യം."

തേങ്ങലോടെ ഷാജു സത്യംചെയ്തു. ആ ശപഥം കേട്ടുകൊണ്ട് വേദിക നിത്യതയിലേക്ക് യാത്രയായി.

ഷാജുവിന്റെ പിന്നീടുള്ള ജീവിതം മാളവികക്കു വേണ്ടി മാത്രമായിരുന്നു.

"മോൾ ഇന്ന് ആഹാരം തീരെ കഴിച്ചില്ല. അമ്മ ഉണ്ടാക്കിയ ഭക്ഷണം വേണമെന്ന് ഒരേ ശാഠ്യമായിരുന്നു."

ഒരു ദിവസം ഷാജു പറഞ്ഞു.

"മോളെ സ്കൂളിലെത്തിച്ചപ്പോൾ അസംബ്ലി മീറ്റിംഗ് കഴിഞ്ഞിരുന്നു. പുതിയ ക്ലാസ്ടീച്ചർ ഗീതു മിസ് മോളെ ഒത്തിരി ചീത്തപറഞ്ഞു."

മറ്റൊരിക്കൽ ഷാജു പറഞ്ഞു.

"സ്കൂട്ടർ കേടായതു കൊണ്ട് മോളെ സ്കൂളിലെത്തിക്കാൻ വൈകി. ഗീതു മിസിന്റെ ശകാരം മോൾക്ക് ഇന്നും കിട്ടി. കുട്ടികളെ ഒരുക്കിയിറക്കുന്നതിന്റെ പൊല്ലാപ്പ് അവിവാഹിതയായ അവൾക്ക് മനസിലാവില്ല."

വേരൊരിക്കൽ ഷാജു ചൂടായി.

"ഇന്നലെ വേദികയെ സ്വപ്നം കണ്ടു. മോൾ ക്ഷീണിച്ചു പോയെന്ന് അവൾ വിഷമം പറഞ്ഞു."

മറ്റൊരു ദിവസം ഷാജു സങ്കടപ്പെട്ടു.

"മിഡ് ടേം പരീക്ഷയിൽ മോൾക്കാണ് ഫസ്റ്റ്. ക്ലാസ്ടീച്ചർ മോളെ വളരെയധികം പ്രശംസിച്ചു."

പിന്നീടൊരിക്കൽ ഷാജു അറിയിച്ചു.

"സ്ത്രീകളെ സമ്മതിക്കണം. മോളുടെ കാര്യങ്ങൾക്കായി ഓടിയോടി എന്റെ നടുവൊടിഞ്ഞു."

വേറൊരു ദിവസം ഷാജു പറഞ്ഞു.

"ഇന്നലെ മോൾ ക്ലാസിൽ ഒറ്റക്കിരുന്ന് കരഞ്ഞുവെന്ന് കുട്ടികൾ പറഞ്ഞു. ഗീതു മിസ് ആശ്വസിപ്പിച്ചപ്പോഴാണ് അവളുടെ കരച്ചിൽ നിന്നത്."

മാളവികയെപ്പറ്റിയുള്ള വിശേഷങ്ങൾ ഷാജു പതിവായി പങ്കുവെച്ചുകൊണ്ടിരുന്നു.

അങ്ങനെയൊരുനാൾ ഷാജുവിന് ജോലിമാറ്റം കിട്ടി.

പുതിയ ജോലിയിൽ പ്രവേശിക്കാനായി ഷാജു ഈ കാമ്പസ് വിട്ടുപോയി. അതിനു ശേഷം ഞങ്ങൾ തമ്മിൽ ആശയവിനിമയം നടന്നിട്ടില്ല. ഒന്നിലേറെ തവണ വിളിച്ചു നോക്കിയെങ്കിലും ആ മൊബൈൽ നമ്പർ നിലവിലില്ല എന്ന അറിയിപ്പാണ് ലഭിച്ചത്.

ഷാജുവിനെക്കുറിച്ചുള്ള ഓർമ്മകൾ ചികയുന്നതിനിടയിൽ ഒരു പക്ഷി നെല്ലിമരക്കൊമ്പിൽ വന്നിരുന്നു. തല ചെരിച്ച്, ശബ്ദത്തിൽ ധാർഷ്ട്യം കലർത്തി ആ പക്ഷി തന്റെ പേര് ഉറക്കെ വിളിച്ചുപറഞ്ഞു-

"കാ-ക്ക."

തടി വളർന്നോയെന്ന് പരിശോധിച്ചു നടന്ന ഒരു മരംകൊത്തി ആ കാക്കക്കുറുമ്പന്റെ പേര് ബോധിച്ചില്ലെന്ന മട്ടിൽ പറന്നുപോയി.

ക്ഷീരസാഗര മന്ഥനത്തിൽ സമുദ്രത്തിൽ നിന്നും പൊങ്ങിവന്ന ദിവ്യ വൃക്ഷമായ കല്പതരുവിന്റെ ശിഖരത്തിലിരുന്ന് ജിജ്ഞാസയോടെ കാ, കാ എന്ന് ചോദ്യമുന്നയിക്കുന്ന കാകബുസുന്ധി എന്ന കാക്കയുടെ കഥ യോർത്ത് ഞാനിരുന്നു.

"ഏട്ടാ-"

ഒരു ശബ്ദം കേട്ട് ഞാൻ തിരിഞ്ഞുനോക്കി.

ഷാജു തൊട്ടുപിന്നിൽ നിൽക്കുന്നു. ഒപ്പം ആ സ്ത്രീയും പെൺ കുട്ടിയും.

"ഏട്ടനെപ്പോലെ ഒരാൾ ഇവിടെയിരിക്കുന്നു എന്ന് മാളവിക വന്നു പറഞ്ഞു. ഇവരെ കാഴ്ചകൾ കാണാൻ വിട്ട് ഞാൻ കാറിനടുത്തായി രുന്നു. കാറിന്റെ ഇളകിയ വീൽകപ്പ് ശരിയാക്കാനുള്ള ശ്രമത്തിലായി രുന്നു, ഞാൻ"-

ഷാജു പറഞ്ഞു.

സാരിയിൽ കുടുങ്ങിയ സ്നേഹപ്പുല്ലിന്റെ കുറ്റികൾ ഇളക്കിയെടുത്ത് നിന്നിരുന്ന സ്ത്രീയെ ചൂണ്ടി ഷാജു പറഞ്ഞു-

"പരിചയപ്പെടുത്താൻ മറന്നു. ഇത്-"

"ഗീതു മിസ് അല്ലേ?"

ഉൾവിളി കൊണ്ടെന്നപോലെ ഞാൻ ചോദിച്ചു.

ഷാജുവിന്റെ കണ്ണിൽ അത്ഭുതം നിഴലിടുന്നത് ഞാൻ കണ്ടു.

"മോളുടെ-"

എന്തൊക്കെയോ വിസ്തരിച്ചു പറയാനുള്ള പുറപ്പാടിലായിരുന്നു, ഷാജു.

അപ്പോൾ, മറവിയുടെ മരക്കൂട്ടങ്ങൾക്കിടയിൽ പോയ്മറഞ്ഞ ഒരു ശപഥം എനിക്ക് ഓർമ്മവന്നു. വായില്ലാക്കുന്നിലപ്പനായി ആ പക്ഷിപാതാ ളത്തിൽ ഞാനിരുന്നു.

❖❖

അനുഷ്ഠാന ഹത്യകൾ

അനുഷ്ഠാന ഹത്യകൾ

"ജയേഷേ, മൊത്തത്തിലൊരു കണ്ണുവേണേ. ഞങ്ങളൊന്നു മുങ്ങാങ്കുഴിയിടുകയാണ്, കെട്ടോ."

"അയ്യോ, നിങ്ങളിപ്പോൾ മുങ്ങിയാൽ ഇവിടുത്തെ കാര്യങ്ങളൊക്കെ ചക്ക കുഴയുന്നതു പോലെ കുഴയും."

ജയേഷിന്റെ സ്വരത്തിൽ ആശങ്കയുടെ സഹസ്രദലങ്ങൾ വിടർന്നു.

"ഡോണ്ട് വറീ. കണ്ടില്ലേ, ജോലികളൊക്കെ ഏതാണ്ട് തീരാറായി. പൂച്ചട്ടികൾ നിരത്തുന്ന പണി മാത്രമാണ് ബാക്കി. അതിനായി ഗാർഡൻ ജീവനക്കാർ വരുന്നുണ്ട്. ജയേഷ് വെറുതെയൊന്ന് നിന്നുകൊടുത്താൽ മാത്രം മതി."

മരങ്ങൾക്കിടയിൽ വലിച്ചുകെട്ടിയ ചാക്കുനൂലിൽ കുരുത്തോല ഞാത്തുകയായിരുന്ന തോമസ് വിളിച്ചു പറഞ്ഞു. തോമസിന്റെ ഷർട്ടിനു പിന്നിൽ വിയർപ്പ് ഒരാഫ്രിക്കൻ ഭൂപടം വരച്ചിരുന്നത് മരത്തിന്റെ തളിർപ്പച്ചകൾക്കിടയിലൂടെ തെളിഞ്ഞു കണ്ടു.

"ചെയ്തു തീർത്ത പണിയുടെ കുറച്ച് കിടിലൻ പടങ്ങൾ എടുത്തോളൂ. ബോസ്സിനു വാട്സ് ആപ്പ് ചെയ്യാം."

അരനൂറ്റാണ്ടു പഴക്കമുള്ള തന്റെ കൃഷ്ണമണികൾ കൊണ്ട് മൊബൈലിലെ സ്ക്രീൻ കാഴ്ചകൾ ആവാഹിച്ചു നിൽക്കുകയായിരുന്ന മുരളി മൃദുവായി പറഞ്ഞു.

"നിങ്ങളല്ലേ ഈ പരിപാടിയുടെ മുഖ്യ കാർമ്മികൻ? നിങ്ങളിങ്ങനെ ചൊല്ലുവിളിയില്ലാത്ത കുട്ടിയെപ്പോലെ മാറിനിന്നാൽ എങ്ങിനെയാ?"

രഘുവിന്റെ ശബ്ദത്തിൽ ക്ഷോഭം പതഞ്ഞു.

''ഇന്നലെ രാത്രി കൈയിലെത്തിയ പുതിയ ഫോൺ ആണ്. കുഞ്ഞളിയൻ വക ഓണസമ്മാനം. ഞാൻ ഇതിന്റെ കുന്ത്രാണ്ടങ്ങൾ പഠിക്കുകയാണ്."

ഫോണിന്റെ പ്രദർശന പാളിയിൽനിന്ന് കണ്ണ് പറിക്കാതെ മുരളി പറഞ്ഞു.

അറിവിന്റെ ഈ തക്ഷശിലയിൽ തനിയ്ക്ക് പഠിയ്ക്കാൻ ഇനി ഇതേ ബാക്കിയുള്ളൂ എന്ന മട്ടിൽ മുരളി മൊബൈൽ മാന്തൽ തുടർന്നു.

മുരളിയുടെ കൈവശമുള്ള ഫോൺ എന്റെ ദൃഷ്ടികോണിൽ പതിഞ്ഞു. കനം തീരെ കുറഞ്ഞ ആ കുഞ്ഞുപകരണം ഷവോമിയുടെ ഏറ്റവും പുതിയ മോഡലായിരുന്നു. ഇഷ്ടികയുടെ ആകൃതിയുള്ള നോക്കിയ ഫോണിന്റെ പ്രാക്‌രൂപം മൺമയസ്മൃതിയായി അകതാരിൽ തെളിഞ്ഞു.

"ബ്ലാക്ക് ഷേയ്ഡ് ഇത്തിരി കൂട്ടിയ കുറച്ച് ചിത്രങ്ങളും എടുത്തോളൂ. ആവശ്യമുണ്ട്."

മുരളി പറഞ്ഞു. കൗശലത്തിന്റെ മിന്നലൊളികൾ അപ്പോൾ ആ മുഖത്ത് പരന്നു.

"സഹായികളെല്ലാം ഫോട്ടോയിൽ പതിഞ്ഞോട്ടെ."

ഒരഭിപ്രായം ഞാനും വെച്ചു കാച്ചി.

ആശങ്കകൾ ഒപ്പി മാറ്റപ്പെട്ട് സ്വസ്ഥനായി നിന്നിരുന്ന ജയേഷ് അതുകേട്ട് മൊബൈലിനു നേരെ നോക്കി സുസ്മേരവദനനായി നിന്നു.

പണി പൂർത്തിയാക്കിയ അനക്സ് കെട്ടിടത്തിന്റെ ഉദ്ഘാടനത്തിന് അടുത്ത ദിവസം കാലത്ത് മന്ത്രി വരാനിരിക്കുകയാണ്. ചടങ്ങ് ഗംഭീര മാക്കാനുള്ള ചുമതലകൾ പലർക്കായി വിഭജിച്ചു നൽകിയിരിക്കുകയാണ്. വേദി അലങ്കരിക്കൽ, തോരണം തൂക്കൽ, സദസ്യരെ സംഘടിപ്പിക്കൽ, മന്ത്രിയെ സ്വീകരിക്കൽ തുടങ്ങിയ ചുമതലകൾ ഓരോരുത്തരെയായി ഏൽപ്പിച്ചിരിക്കുകയാണ്. മുരളിക്കാണ് ഏകോപനച്ചുമതല.

ആശങ്കയുടെ ഋതു മനസ്സിൽ നിന്നകന്ന ജയേഷിനെ തഞ്ചത്തിൽ കാര്യങ്ങൾ ഏൽപ്പിച്ച് ഞങ്ങൾ അഞ്ചുപേർ ഊളിയിടാൻ തയ്യാറെടുത്തു. പെട്ടെന്ന് മുളച്ചു വന്നൊരു ആശയമായിരുന്നു അത്. പണി ചെയ്തതിന്റെ ക്ഷീണമകറ്റാനൊരു കുടിയിരിപ്പ്.

"വല്ലതും നടക്കുമോ? സാധനം എങ്ങനെ സംഘടിപ്പിക്കും?"

തോമസിന്റെ തലച്ചോറ് സംശയത്തിന്റെ പൂക്കുലയായി പൊട്ടി വിടർന്നു.

"അതെനിക്കു വിട്ടേരേ. നമ്മൾ മുറിയിലെത്തുമ്പോഴേക്ക് കുപ്പി റെഡിയായിരിക്കും."

രഘു ഉറപ്പു നൽകി.

ഇതു കുറുപ്പിന്റെ ഉറപ്പ് ആകുമോ? വിശ്വാസം വരാതെ തോമസിന്റെ കാക്കനോട്ടം രഘുവിന്റെ മേൽ പതിഞ്ഞു. കൂലിയില്ലാത്ത തോട്ടിപ്പണി

ക്കാരനായ കാക്കയുടെ സംശയദൃഷ്ടി ആ നോട്ടത്തിൽ തിരിച്ചറിഞ്ഞ രഘു, തോമസിനെ ഊശിയാക്കാൻ തുനിഞ്ഞു-

"കാകദൃഷ്ടി, ബകധ്യാനം, ശ്വാനനിദ്ര, അല്പാഹാരം, ജീർണ്ണ വസ്ത്രം- വിദ്യാർത്ഥി ലക്ഷണങ്ങളായ ഇവയിൽ ഒന്നെങ്കിലും ഈ പ്രായത്തിലും അവശേഷിക്കുന്നു എന്നറിയുന്നതിൽ സന്തോഷം."

മൂന്നു ബൈക്കുകളിലായി ഞങ്ങൾ യാത്രക്കു തയ്യാറെടുത്തു.

കടലാമയുടെ ആയുർരേഖ കണക്കെ ടാർറോഡ് നെടുനീളത്തിൽ കിടന്നു.

"ഒരു പൂട്ടിന് രണ്ടുതരം താക്കോൽ സൂക്ഷിക്കുന്ന കക്ഷിയാണ് നമ്മുടെ ബോസ്. ഈ ഒളിസേവയെങ്ങാനും ആൾ മണത്തറിഞ്ഞാൽ-?"

ഓർമ്മയിലൊരു ജ്വാലാമുഖം നീറിനിൽക്കവെ, മുരളി അർദ്ധവിരാമത്തിൽ നിർത്തി.

"പുല്ല്, മൂപ്പരോടു പോകാൻ പറ. ഇന്നു ഞായറാഴ്ചയല്ലേ?"

പഞ്ചാഗ്നി മദ്ധ്യേ പെട്ടുപോയവർക്ക് രഘു ഉൾശാന്തി പകർന്നു.

സർവ്വീസ് റൂളുകൾ ഞായാറാഴ്ചകളിൽ ബാധകമല്ലെന്ന അറിവ് ഞങ്ങളിൽ കുളിരേകി.

ഗുരുത്വാകർഷണത്തെ വെല്ലുവിളിച്ച് വേനൽ പകലിലൂടെ കുതിക്കാൻ ത്രസിച്ചു നിൽക്കുന്ന ബൈക്കിൽ കയറാൻനേരം മുരളി ഒരു ഉപാധി വെച്ചു-

"ഇരുട്ടാകുമ്പോഴേക്കും എന്നെ ഒഴിവാക്കിത്തരണം."

ചോദ്യരൂപത്തിൽ ഏവരും മുരളിയെ നോക്കി.

"ഞാൻ കഴിക്കുമെന്ന് അവൾക്കറിയില്ല. ഇവിടുത്തെ ജോലി തീരാൻ വൈകുമെന്നാണ് രാധയെ വിശ്വസിപ്പിച്ചിരിക്കുന്നത്. എങ്ങനെയും എട്ടുമണിക്ക് എന്നെ ഫ്രീയാക്കണം. ഞാൻ കുടിച്ചെന്നറിഞ്ഞാൽ വീടെടുത്ത് മലർത്തി വെക്കാൻ അവൾ മടിക്കില്ല. വൈകിയെത്തിയാലും തഥൈവ."

ആത്മവഞ്ചനക്കു ഗോപ്യമായി തുനിയുന്ന മുരളിയുടെ സ്വരത്തിൽ ഭയാശങ്കയുടെ കാർമേഘം പരന്നു. മനസിൽ മത്തഗജങ്ങൾ അടരാടി. ജീവിച്ചു ജീവിച്ചു ദുർബലമായിത്തീർന്ന ശരീരം ചെറുതായി വിറപൂണ്ടു.

മുരളിയും ഭാര്യയും തമ്മിൽ ശണ്ഠ കൂടുന്നതും, പലപ്പോഴും അത് കയ്യാങ്കളിയിൽ കലാശിക്കുന്നതും എനിക്കറിയാമായിരുന്നു.

"മദ്യത്തിന്റെ ഗന്ധമേറ്റാൽ കള്ളി പൊളിയില്ലേ?"

തന്റെ ഉത്കണ്ഠ തോമസ് പങ്കുവെച്ചു.

"അതിനുള്ള സൂത്രവിദ്യ ഇയാളുടെ കൈവശമുണ്ടെന്ന് ഉറപ്പു നൽകിയിട്ടുണ്ട്."

ശരിയല്ലേ എന്ന മട്ടിൽ രഘുവിനുനേരെ മുരളി കണ്ണയച്ചു.

"ചുവപ്പു മഷിക്കു വെട്ടിയ അറ്റൻഡൻസ് രജിസ്റ്റർ കോളം ഈർക്കിലിൽ പുരട്ടിയ രാസവസ്തുകൊണ്ട് ലവലാക്കി ഒപ്പിട്ടിരുന്ന എന്നോടാ കളി?"

വീരസ്യം വിളമ്പി ഉന്മത്തനായ രഘു, അണമുറിയാതെ ഉറുമ്പുകളൊഴുകുന്ന പാതയിൽ മന:പൂർവ്വം ഷൂസിന്റെ മടമ്പുരച്ചു രസിച്ചു. ഇതു കണ്ട രാജേന്ദ്രൻ വേദാന്തിയായി-

"ഓർത്തോളൂ രഘൂ, ഉറുമ്പിന്റെ പ്രാക്ക് പോലും ഫലിക്കും."

ക്യാമ്പസിലെ ഫ്ളഡ്ലൈറ്റ് സ്തംഭങ്ങളിലെ കഴുകൻകഴുത്തുകൾ പിന്നിട്ട് ബൈക്കുകൾ കുതിച്ചു.

ഇരുചക്ര വാഹനങ്ങൾ രാജേന്ദ്രന്റെ മുറിയ്ക്കു മുന്നിൽ ചെന്നുനിന്നു.

വാതിലിനു മുകളിൽ ഇൻ/ഔട്ട് രേഖപ്പെടുത്തിയ രാജേന്ദ്രന്റെ നെയിം ബോർഡ് കണ്ട് ഞാൻ ഊറിച്ചിരിച്ചു. ഇവനിതാരെ കാണിക്കാനാണ്? 'തള്ളുക' എന്ന ഒരു അറിയിപ്പും മുൻ വാതിലിൽ ഒട്ടിച്ചിരുന്നു.

ബ്രഹ്മക്ഷൗരം കൊണ്ട് അനുഗ്രഹീതമായ തന്റെ ശിരസിനെ ഹെൽമറ്റ് തടങ്കലിൽ നിന്ന് തോമസ് മോചിപ്പിച്ചു. ആനത്തല പോലയുള്ള ഹെൽമറ്റ് കൈക്കുഴയിൽ തൂക്കി ആ അഭയസ്ഥലിക്കുള്ളിലേക്ക് തോമസ് നടന്നു. അനുതാപത്തോടെ ഞാൻ തോമസിനെ നോക്കി. ആ നോട്ടത്തിന്റെ അർത്ഥം ഗ്രഹിച്ച തോമസ് ശക്തമായി പ്രതികരിച്ചു-

"തൊഴിൽ പ്രവാസികളായ കുറേയെണ്ണം അണലി പെറ്റതുപോലെ ഇവിടെയെല്ലാം അടിഞ്ഞു കൂടിയിട്ടുണ്ട്. അവറ്റകളുടെ കയ്യിലിരിപ്പ് ഒട്ടും ശരിയല്ല. മാത്രമല്ല, ഈയിടെയായി നാടോടികളും കറങ്ങി നടക്കുന്നത് കാണാറുണ്ട്. യേശുവിനെ തറയ്ക്കാൻ വെച്ച ആണി മോഷ്ടിച്ച വർഗ്ഗമാണവർ. മുറിക്കു പുറത്തുവെച്ച ഹെൽമറ്റ് മോഷണം പോയാൽ പെറ്റിയടിക്കുമ്പോൾ പോലീസിനു നല്കാനുള്ള പണം ഒറ്റയൊരുത്തനും തരില്ലല്ലോ."

സ്വയം ന്യായീകരിച്ച്, തന്റെ കയ്യിലുള്ള ഹെൽമറ്റിൽ മൃദുവായി തഴുകി തോമസ് മുറിക്കുള്ളിലേക്കു നടന്നു.

ആ മുറിക്കുള്ളിൽ ഞാൻ സിംഹാവലോകനം നടത്തി.

ഒറ്റയാനായ രാജേന്ദ്രന്റെ മാളം തികച്ചും അലങ്കോലമായിരുന്നു. മുറിക്ക് ഒത്ത നടുവിൽ, കയ്ക്കലത്തുണിയുടെ നിറമുള്ള ഒരു മേശയും

മൂന്നു നാലു പ്ലാസ്റ്റിക് കസേരകളും കാണപ്പെട്ടു. മരിച്ചവർക്കിരിക്കാൻ എന്ന മട്ടിൽ പഴയൊരു മരക്കസേര ഒരു മൂലയിൽ മറിഞ്ഞു കിടന്നിരുന്നു. ഏകാന്തത സ്ഫുരിച്ചു നിന്നിരുന്ന ആ മുറിയിൽ മരുന്നിനു പോലുമുള്ള പുസ്തകം ഉണ്ടായിരുന്നില്ല. വായിൽ കൊള്ളാത്ത സിദ്ധാന്തങ്ങൾ വിളമ്പാറുള്ള രാജേന്ദ്രൻ ഒരു പുസ്തകപ്പുഴുവാണെന്നാണ് ഞാൻ ധരിച്ചുവെച്ചിരുന്നത്. രാജേന്ദ്രന് ഒരു ബുക്കിൽ മാത്രമേ വിശ്വാസമുള്ളൂ എന്നും, അത് ചെക്ക് ബുക്കാണെന്നും കൂട്ടുകാർ കളി പറയാറുള്ളത് മനസിൽ തികട്ടി. രാജേന്ദ്രൻ സൈബർ കാലത്തെ ന്യൂജെൻ ഇ-വായനക്കാരൻ ആകാനിടയുണ്ടെന്നു ഞാൻ ആശ്വസിച്ചു.

എന്റെ ദൃഷ്ടികൾ മുറിക്കു പുറത്ത് പകലിന്റെ ചംക്രമണത്തിലേക്ക് സഞ്ചരിച്ചു.

കാറ്റിന്റെ ശീതങ്കൻതുള്ളൽ ഏറ്റുവാങ്ങി ഒരു മഹാഗണിമരം ജൈവവേലിക്കപ്പുറത്ത് നിന്നിരുന്നു. അതിനുമപ്പുറം, വലതുമാറി, മട്ടത്രികോണ വടിവിൽ, ആസ്തിമൂല്യം കൂടിയ ഒരു വീട് കാണപ്പെട്ടു. ഘനസാന്ദ്രമായൊരു നിശബ്ദതയിൽ ലയിച്ചു നിൽക്കുന്ന ആ വീടിനു നേരെ ചൂണ്ടി രാജേന്ദ്രൻ പറഞ്ഞു-

“ദുഷ്ടനായൊരു ഗൃഹനാഥനും, ക്ലാവ് വീണ മുഖമുള്ള അയാളുടെ ഭാര്യയും, പെരുനാളാഘോഷം പോലൊരു പെണ്ണുമാണ് അവിടെ താമസിച്ചിരുന്നത്. അയാളുടെ മകളായ ആ സുന്ദരിക്കുട്ടിക്ക് ബുദ്ധിയ്ക്കു ലേശം പിശകു സംഭവിച്ചിരുന്നു. സ്ലിന്തത്തടിയനായ അയാൾ തന്റെ ഭാര്യയായ ആ സാധുസ്ത്രീയെ നിത്യവും എടുത്തിട്ടിടിക്കുമായിരുന്നു. തന്റെ ഭാര്യയുടെ വട്ടനായൊരമ്മാവന്റെ ജീൻ ആണ് മകളുടെ അവസ്ഥക്കു കാരണമെന്ന ന്യായീകരണത്തിന്റെ പിൻബലത്തിലാണ് അയാൾ അവർക്കുമേൽ താണ്ഡവമാടിയിരുന്നത്. കാലങ്ങളോളം കിടന്നു നരകിക്കാൻ മാത്രം പാപംചെയ്ത അയാൾ പക്ഷേ, ഭാഗ്യവാനായിരുന്നു. പതിവുള്ള ഹേമദണ്ഡത്തിനിടയിൽ ഒരു ദിവസം ഹൃദയസ്തംഭനം മൂലം അയാൾ പെട്ടെന്നങ്ങു തീർന്നു കിട്ടി. വീട്ടിലെ സ്ഥാവര ജംഗമ വസ്തുക്കൾ കയ്യൊഴിഞ്ഞ് ആ സ്ത്രീയും മകളും ഒരുനാൾ കുടുംബ വീട്ടിലേക്കു താമസം മാറ്റി. വെളിച്ചമൊടുങ്ങിയ വിളക്കുമാടം കണക്കെ വീടുമാത്രം ബാക്കിയായി.”

പെട്ടെന്നുള്ള മരണം ഭാഗ്യമാണെന്ന ആ ചിന്താധാരയിൽ ഞാൻ സംശയാലുവായി. അങ്ങനെയെങ്കിൽ മരമണ്ടയിൽ നിന്നു വീണ് മരിക്കുന്നതും ഭാഗ്യമാവണമല്ലോ എന്ന യുക്തി മനസിൽ മുളപൊട്ടിയത് ശബ്ദമായി പുറത്തു വരാതെ ഞാൻ പിടിച്ചുവെച്ചു.

"കുപ്പിയും പാട്ടയുമൊന്നും കാണുന്നില്ലല്ലോ."

തോമസ് അസ്വസ്ഥനായി.

"ഇല്ലോളം ഷമി."

രഘു അവനെ ആശ്വസിപ്പിച്ചു.

സോമാലിയൻ കരുത്തുള്ള ഒരു യുവാവ്, പെരുങ്കായ പരസ്യം പേറുന്ന ചാക്കുസഞ്ചിയുമായി ധൃതിയിൽ നടന്നടുക്കുന്നത് കാഴ്ചയിൽ പതിഞ്ഞു.

"ഏതാ സെൽവാ ഇനം?"

രഘു ജിജ്ഞാസുവായി.

"ക്രിസ്ത്യൻ സഹോദരന്മാരാണ്."

കൈവശമുള്ള വിദേശമദ്യത്തിന്റെ പേര് ആ യുവാവ് വെളിപ്പെടുത്തി. തുടർന്ന്, തന്നാലാവതു ചെയ്ത അണ്ണാറക്കണ്ണന്റെ മട്ടിൽ ആ കരുമാടി ക്കുട്ടൻ വരാന്തച്ചെരുവിൽ ഒതുങ്ങി നിന്നു.

"ആപത് ബാന്ധവനായ ഈ സിൽബന്ധിയെ എവിടെനിന്നു കിട്ടി?"

ആമോദത്തിന്റെ ജമന്തിപ്പൂക്കൾ വിരിഞ്ഞു നിൽക്കുന്ന മുഖത്തോടെ തോമസ് കുശലം ചോദിച്ചു.

"അതൊരു വലിയ കഥയാണ്."

ഒരു നീണ്ടകഥയുടെ ചുരുൾ നിവർത്താൻ രഘു ഒരുങ്ങി.

"അതിനെ മൂന്നിലൊന്നായി സംഗ്രഹിച്ചു പറയൂ."

ഞാൻ ഇടങ്കോലിട്ടു.

രഘുവിന്റെ ഓർമ്മയുടെ ഭ്രമണപഥത്തിൽ ഫ്ളാഷ്ബാക്കുകൾ മിന്നി.

"മാസങ്ങൾക്കു മുമ്പ് ഒരു സിനിമാശാലയിൽ വെച്ചാണ് ആ സംഭവ മുണ്ടായത്. ബഹളം കേട്ടാണ് ഞാൻ തിരിഞ്ഞുനോക്കിയത്. സഹകാ ണികളായ രണ്ടുപേർ സെൽവന്റെ കുപ്പായത്തിന്റെ കോളറിൽ പിടിച്ചു നിൽക്കുന്ന കാഴ്ച മങ്ങിയ വെളിച്ചത്തിൽ കണ്ണിൽ തടഞ്ഞു. സെൽവനു മേൽ കൈ വെക്കാനുള്ള പുറപ്പാടിലായിരുന്നു, അവർ. ലൊട്ടുലൊടുക്ക് വേല ചെയ്ത് ഈ ചുറ്റുവട്ടത്തെല്ലാം നടന്നിരുന്ന സെൽവനെ എനിക്കു മുഖപരിചയമുണ്ടായിരുന്നു. എന്താണ് കാര്യമെന്നു ഞാൻ തിരക്കി."

"സംഗതി രാജ്യദ്രോഹമാ. ദേശീയഗാനം മുഴങ്ങിയ നേരം എഴുന്നേറ്റു നിൽക്കാൻ ഈ പുന്നാരമോന് ഒരു മടി."

താൻ ചെയ്ത കുറ്റമെന്തെന്നറിയാതെ നിസ്തേജനായി നിന്നിരുന്ന സെൽവൻ നിസഹായനായി എന്നെ നോക്കി.

"ബുദ്ധിമാന്ദ്യമുള്ള ആളാ. വിട്ടുകള."

"സെൽവനു വേണ്ടി ഞാൻ വക്കാലത്തു പറഞ്ഞു."

"കുപ്പായക്കഴുത്തിലെ പിടി മെല്ലെ അയഞ്ഞു. രക്ഷകനായ എന്നെ സെൽവൻ നന്ദിയോടെ നോക്കി."

രഘു ഉപസംഹരിച്ചു.

പാലം കടന്നിട്ടും കൂരായണനാകാത്ത സെൽവനെ ഞാൻ മതിപ്പോടെ നോക്കി. ഉപകാരം ചെയ്തവന്റെ തല തകർക്കുക എന്നതാണല്ലോ നാട്ടു രീതി. തന്റെ ഭൂതകാലം അറിയാവുന്ന ഉപകാരിയുടെ പുക കണ്ട് അനുഭൂതി നുണയുക എന്ന പൊതു തത്വത്തിന് അപവാദമായ മെലിഞ്ഞുണങ്ങിയ ആ മനുഷ്യജന്മം ഒരത്ഭുതമായി ചുവരും ചാരി നിന്നു.

"തൊട്ടു കൂട്ടാൻ ഇവിടെ എന്താ ഉള്ളത്?"

കഴുത്തു മെലിയൻ കുപ്പിയിൽ അരുമയോടെ തലോടി, മുരളി തിരക്കി.

"കാൽക്കുലേറ്റർ മതിയോ?"

രാജേന്ദ്രൻ കളി പറഞ്ഞു.

"കിഴങ്ങ് പുഴുങ്ങിയതും മീൻ മുളകിട്ടതും എത്തിക്കാൻ വിളിച്ചു പറഞ്ഞിട്ടുണ്ട്."

രഘു അറിയിച്ചു.

"കിഴങ്ങ് എന്ന് വിളിച്ച് മരച്ചീനിയെ ഇകഴ്ത്തരുത്. ഇപ്പോൾ പഞ്ചനക്ഷത്ര ഹോട്ടലുകളിലെ വിശിഷ്ട ഭോജ്യങ്ങളിലൊന്നാണിത്."

കിഴങ്ങനു നേരെ രാജേന്ദ്രൻ ചൂടായി.

"കപ്പയുടെ പ്രചാരകർ ഞങ്ങൾ, ചേട്ടന്മാരാണ്. കപ്പ പുഴുങ്ങിയതും, കാന്താരിമുളക് ഉടച്ചതുമായിരുന്നു, തൂമ്പാത്തഴമ്പ് മുറ്റിയ കരങ്ങൾക്ക് ശക്തി പകർന്നിരുന്ന സമീകൃതാഹാരം."

തോമസ് വാദിച്ചു. ദീപ്തമായ ഏതോ ഓർമ്മയിൽ അയാളുടെ തൊണ്ടയിലെ മുഴ കീഴോട്ടും മേലോട്ടും കയറിയിറങ്ങാൻ തുടങ്ങി.

"മരച്ചീനിക്ക് പ്രചുര പ്രചാരം ലഭിച്ചതിൽ മഹാരാജാവിന്റെ റോളും ചെറുതായിരുന്നില്ല. അരി കാണാമറയത്ത് ഒളിച്ച വറുതി നാളുകളായിരുന്നു അത്. ഈ നീളൻ കിഴങ്ങു കഴിച്ചാൽ തല ചൊരുക്കുമെന്ന് ഭയന്ന് ജനം പഞ്ഞം കിടന്ന ആ നാളുകളിൽ രാജാവ് ഒരു ഉപായം പ്രയോഗിച്ചു. ചുമ്മാ കിടന്നിരുന്ന പ്രദേശങ്ങളിലെല്ലാം മരച്ചീനിക്കൊള്ളി നട്ട്, നാലു ചുറ്റിലും മരക്കുറ്റി നാട്ടി വേലികെട്ടി ഭദ്രമാക്കി. വിളവെടുപ്പിനു പാകമായപ്പോൾ തോട്ടത്തിനു മുന്നിൽ മുന്നറിയിപ്പ് ബോർഡ് ഉയർന്നു. അത്യധികം രുചിയും ഗുണവുമുള്ള ഈ ഭക്ഷ്യവസ്തു രാജകുടുംബ

ത്തിന്റെ ഉപയോഗത്തിനാണെന്നും, തിളപ്പിച്ച് വെള്ളം ഊറ്റിക്കളയാതെ കഴിച്ചാൽ മത്തു പിടിക്കുന്ന ഈ കിഴങ്ങ് മോഷ്ടിക്കുന്നവർക്ക് കനത്ത ശിക്ഷ ലഭിക്കുമെന്നുമായിരുന്നു, അറിയിപ്പ്. ബോർഡു പ്രത്യക്ഷപ്പെട്ട അന്നു രാത്രി വിള മൊത്തമായും മോഷണം പോയി. പ്രജകളുടെ മരച്ചീനിപ്പേടിയും വിശപ്പും പമ്പ കടക്കുകയും ചെയ്തു."

രാജേന്ദ്രൻ പൂളപുരാണത്തിൽ മുഴുകി.

മൊബൈൽ ഫോണിന്റെ ഉള്ളറകൾ ചികയുന്ന മുരളി മൗനംപൂണ്ട് ഇരുന്നു.

"മാർട്ടിൻ കൂപ്പറുടെ ഈ കുഞ്ഞുസൃഷ്ടി എന്തെന്തു വസ്തുക്കളെ നിഷ്പ്രഭമാക്കി!"

രാജേന്ദ്രൻ അത്ഭുതം കൂറി.

മണ്ടനെപ്പോലെ തോമസ് തുറിച്ചുനോക്കി.

"ടോർച്ച്, കാൽകുലേറ്റർ, കലണ്ടർ, ഡിക്ഷണറി, ക്യാമറ, കോംപസ്, വാക്കി ടോക്കി, ക്ലോക്ക്, വാച്ച്, പത്രം, ടെലക്സ്, ടെലെഗ്രാം, പുസ്തകം, എഴുത്തുകുത്ത്, ഫോട്ടോ ആൽബം, റേഡിയോ മുതലായ പലതും മൊബൈൽ എന്ന ഈ കുഞ്ഞൻ ഉപകരണത്തിനു മുന്നിൽ മുട്ടുമടക്കി."

രാജേന്ദ്രൻ വിശദമാക്കി.

ഇതിനിടയിൽ ആരോ വാതിലിൽ പിടിച്ചു വലിക്കാൻ തുടങ്ങി.

"തള്ള്."

രാജേന്ദ്രൻ നിർദ്ദേശിച്ചു.

കപ്പപ്പുഴുക്കും മീൻകറിയുമായി ഒരു നരന്തു പയ്യൻ കടന്നു വന്നു. കൊതിയുടെ ലാലാജലം ഏവരുടെയും വായിൽ നിറയാൻ തുടങ്ങി.

"തള്ളുന്നതിന് പകരം നീയെന്തിനാ വാതിൽ പിടിച്ചു വലിച്ചത്?"

ആ ബാലനു നേരെ തോമസ് ശബ്ദം കടുപ്പിച്ചു.

തന്റെ ലാവണത്തിൽ വെച്ചുള്ള ആ തിമിട്ടൽ രാജേന്ദ്രന് ഇഷ്ടമായില്ല എന്ന് അവന്റെ മുഖം വെളിപ്പെടുത്തി. മാർപാപ്പയേക്കാൾ വലിയ റോമാക്കാർ ഇവിടെ വേണ്ട - ആ മനസ് ഞാൻ വായിച്ചു.

"പുഷും പുള്ളും തമ്മിൽ മാറിപ്പോകുന്നത് വിദ്യാസമ്പന്നർക്കിടയിൽ പോലും പതിവാണ്. കഴിഞ്ഞ മാസം മൊഫ്യൂസിൽ ബസ്സ്റ്റാന്റിനടുത്തുള്ള ഒരു മാളിൽ, പുഷ് എന്നു പതിച്ചത് ശ്രദ്ധിക്കാതെ ഞാൻ വാതിൽ പിടിച്ചു വലിക്കുകയായിരുന്നു. ഇതു കണ്ട ഒരു യുവതി 'നിങ്ങൾക്കു കണ്ണ് കണ്ടുകൂടേ, മനുഷ്യാ' എന്ന് ആക്രോശിച്ചു. മനുഷ്യൻ എന്ന അഭിസം

Kamith.

ബോധനക്ക് പരിഹാസം ദ്യോതിപ്പിക്കാനും കഴിയുമെന്ന് അന്ന് ഞാൻ മനസിലാക്കി."

പരോക്ഷമായി ആ പയ്യനെ ന്യായീകരിക്കുന്നതിലൂടെ തന്റെ തിണ്ണ മിടുക്ക് രാജേന്ദ്രൻ പ്രകടമാക്കുന്നത് മനസിലായില്ലെന്ന മട്ടിൽ ഞാനിരുന്നു.

ക്രിസ്ത്യൻ ബ്രദേഴ്സ് ഗ്ലാസുകളിലേക്ക് പരകായ പ്രവേശം നടത്താൻ തുടങ്ങിയിരുന്നു. ആ കാഴ്ചയിൽ മനസ് ആനന്ദനൃത്തമാടാൻ തുടങ്ങി. ഒരു ചിയേഴ്സ് വിളിയോടെ മദ്യസേവ സമാരംഭിച്ചു. കുടിമത്സരത്തിൽ പങ്കെടുക്കുന്ന ആവേശത്തോടെ തോമസ് ആ കയ്പുവെള്ളം മടുമടാ ചെലുത്താൻ തുടങ്ങി. നേർച്ചക്കാറ്റിന് വളച്ച് വള്ളം വെക്കുന്നത് അവന്റെ സ്ഥിരം ശൈലിയാണ് എന്ന് ഞാനോർത്തു. പൂരണത്താൽ നിറയുന്ന സമസ്യയെന്നോണം, ഞങ്ങൾ കുടിയന്മാർ തമ്മിലുള്ള ഹൃദയാന്തരങ്ങൾ അനുനിമിഷം കുറഞ്ഞു വന്നു. തസ്തികകളുടെ പ്രോട്ടോകോൾ ശ്രേണി അലിഞ്ഞലിഞ്ഞ് ക്രമേണ ഏവരും സ്വതന്ത്രരായി. വെന്തുവെണ്ണയായി പൂളക്കിഴങ്ങും, രുചിയുടെ അയ്യരുകളിയുമായി മീൻകറിയും മേശപ്പുറത്ത് ചിരിച്ചിരുന്നു. ഇത്രയധികം സ്വാദേറിയ വിഭവം അടുത്ത നാളുകളിലൊന്നും തരമായിട്ടില്ലെന്ന രുചിവാങ്മൂലം ഓരോ നാവിലും തത്തിക്കളിച്ചു.

"നിങ്ങളുടെ ദാമ്പത്യത്തിൽ എന്താണൊരു കല്ലുകടി?"

മദ്യം നാവിന്റെ കെട്ടഴിച്ചു കഴിഞ്ഞിരുന്ന രഘു, മുരളിക്കു നേരെ തിരിഞ്ഞു.

"ഞാൻ പഞ്ചായത്തിൽ ജോലി ചെയ്യുമ്പോഴായിരുന്നു ഞങ്ങളുടെ വിവാഹം. പിന്നീടാണ് ഈ ജോലി ലഭിച്ചത്. രാധ അന്ന് ബി.എഡ്. വിദ്യാർത്ഥിനിയായിരുന്നു - ഫിസിക്കൽ സയൻസ്. ആദ്യമൊക്കെ ഡോൺനദി പോലെ ശാന്തമായി ഒഴുകിയിരുന്നു, ഞങ്ങളുടെ ജീവിതം."

വിദൂരതയിൽ കണ്ണയച്ച് മുരളി സ്വജീവിതത്തിന്റെ ചെപ്പേട് തുറന്നു.

"നിങ്ങൾക്കിടയിൽ പിന്നീടെന്തു സംഭവിച്ചു?"

മറ്റൊരാളുടെ ജീവിതത്തിലേക്ക് ചൂഴ്ന്നു നോക്കാനുള്ള വ്യഗ്രത രഘുവിന്റെ വാക്കുകളിൽ സ്ഫുരിച്ചു നിന്നു. മറുപടി കാക്കവെ, അവന്റെ ചെവികൾ മുയൽ ചെവികൾ പോലെ ജാഗ്രത്തായി.

"വീടിനടുത്ത് ഒരു സ്കൂളിൽ രാധക്ക് ജോലി ഒത്തുവന്നതാണ്. കുറച്ചു തുക നൽകിയാൽ ആ ജോലി നൽകാമെന്ന് മാനേജർ സമ്മതിച്ചതാണ്. പക്ഷെ, ഞാൻ അതിന് എതിര് നിന്നു. സംപ്രാപ്തമാകാതെ പോയ ആ ഉദ്യോഗമാണ് അവളുടെ ഉള്ളിലെ മാറാവടു."

മനസിന്റെ തടാകത്തിൽ നിന്ന് മുരളി ഓർമ്മകളെ കോരിയെടുത്തു.

പെട്ടെന്ന് ഒരു കിളിനാദം കേട്ടു. ഏവരും ചുറ്റിലും നോക്കി.

"പുതിയ മൊബൈലിന്റെ റിംഗ്ടോൺ ആണ്."

തലയ്ക്കു ചുറ്റും ഇലക്ട്രോണുകളെപ്പോലെ ചുറ്റിത്തിരിയുന്ന മണിയനീച്ചകളെ ആട്ടുന്നതിനിടയിൽ മുരളി പറഞ്ഞു.

"അവസാനവട്ട തിരക്കിട്ട പണിയിലാണ്. ജോലി കഴിയുമ്പോൾ എന്തായാലും രാത്രിയാവും."

കളവ് പറയുന്നവന്റെ സമ്മർദ്ദം മുഖത്ത് ഒളിപ്പിച്ച് മുരളി തന്റെ കള്ളത്തൊണ്ട തുറക്കുന്നത് ഞങ്ങൾ കണ്ടിരുന്നു. ഫോണിന്റെ മറു തലക്കൽ രാധയാണെന്ന് ഞങ്ങൾ ഊഹിച്ചു.

"കറുപ്പ് ഷെയ്ഡ് കൂട്ടിയെടുത്ത ഏതാനും ഫോട്ടോകൾ എന്റെ ഫോണിലേക്ക് അയയ്ക്കൂ. അവൾക്കു ഫോർവേഡ് ചെയ്യാനാണ്."

'പറ്റിച്ചേ' എന്ന കൈമുദ്ര കാട്ടി മുരളി ഇളിഞ്ഞു ചിരിച്ചു. ഞങ്ങൾ വീണ്ടും കലപില ശബ്ദത്തിൽ മുഴുകി.

"കാറ്റത്ത് വിളക്കണയുന്നത് കാറ്റിന്റെ കുറ്റമോ വിളക്കിന്റെ കുറ്റമോ?"

രാജേന്ദ്രൻ പൊടുന്നനവെ ചോദിച്ചു.

ഒരു കുമ്പിൾ കഞ്ഞിയിൽ ഇടാനുള്ള ഉപ്പിനു പോലും പ്രയോജ നമില്ലാത്ത ജല്പനങ്ങളിൽ മുഴുകിയിരിക്കുകയായിരുന്ന ഞങ്ങൾ പെട്ടെന്ന് നിശബ്ദരായി. തയ്യൽ മെഷീന്റെ സൂചിപോലെ നിരന്തരം ചലിച്ചിരുന്ന നാവുകൾക്കു ബ്രേക്ക് വീണു. എല്ലാവരും രാജേന്ദ്രനെ സൂക്ഷിച്ചുനോക്കി. കനപ്പെട്ട എന്തോ തത്വം പറയാൻ ഒരുങ്ങുകയാണ് രാജേന്ദ്രനെന്നു ഞങ്ങളൂഹിച്ചു.

"കൗതുകം നഷ്ടമായ കൗതുക വസ്തുവായി ദാമ്പത്യജീവിതം മാറുന്നതിന് മൂലകാരണം ആണഹന്ത ഒന്നുമാത്രമാണ്. അടുക്കള ച്ചുവരിനുള്ളിൽ തളച്ചിടേണ്ട ജീവിയാണ് ഭാര്യ എന്ന അധമചിന്ത മൂല മല്ലേ നിങ്ങൾ പത്നിയെ ജോലിക്കു വിടാതിരുന്നത്? തലയോടിനുള്ളിൽ നിറച്ച ധാന്യമണികളുടെ തൂക്കമളന്ന് ആൺപെൺ മസ്തിഷ്ക്കങ്ങൾ താരതമ്യം ചെയ്തിരുന്ന പഴമക്കാലത്തെ ആൺയുക്തിയാണ് നിങ്ങളെ ഇന്നും നയിക്കുന്നത്."

രാജേന്ദ്രന്റെ ശബ്ദം പരുക്കനായി.

"എന്റെ ഇഷ്ടമാണ് എന്റെ ശരികൾ."

മൂക്കുകയർ മുറുകിയ കാളയെപ്പോലെ മുരളി എരിപൊരി കൊണ്ടു.

മദ്യവും സോഡയും പുതുപ്രണയിനികളെപ്പോലെ ചേർന്നിരുന്ന മേശപ്പുറത്ത് കണ്ണുകളാഴ്ത്തി മുരളി കനപ്പിച്ച് ഇരുന്നു. കാറ്റിന്റെ കൈകളിൽ പാറിവന്ന കുടിയന്മാരുടെ ആത്മാക്കൾ കൊതിയോടെ മുഖത്ത് ഉഴിയുന്നതറിഞ്ഞ് ഞങ്ങളും നിശബ്ദത ചവച്ചിരുന്നു. കർമ്മ കാണ്ഡത്തിൽ പെട്ട കൈവിരലുകൾ മാത്രം അനവരതം ചലിച്ചു കൊണ്ടിരുന്നു.

സമയം കടന്നു പോവുകയായിരുന്നു.

പകലിനെ ഇരുട്ട് ആക്രമിക്കുന്ന മട്ടിൽ അല്പാല്പമായി മദ്യം ഞങ്ങളുടെ പ്രജ്ഞയിൽ ഇടപെടാൻ തുടങ്ങി.

മുറിയിലെ ഈ കുടിയിരുപ്പ് ക്രമേണ കുടികിടപ്പാകുമെന്ന് ആശങ്കപ്പെട്ട ഒരു വിനാഴികയിൽ ആ കിളിയൊച്ച വീണ്ടും പാറി വന്നു-

"ങാ, ഞാൻ പുറപ്പെട്ടു കഴിഞ്ഞു."

അതൃപ്തിയോടെ ഒറ്റവാചകം മാത്രം പറഞ്ഞ് മുരളി തന്റെ മൊബൈൽ ഫോൺ മേശപ്പുറത്തേക്ക് വെറുപ്പോടെ തള്ളിനീക്കി.

"ശല്യം, മനസമാധാനത്തോടെ ഒന്നു മദ്യപിക്കാൻ പോലും സമ്മതി ക്കുന്നില്ലല്ലോ. ദൈവം എനിക്കെതിരെ നടത്തിയ ഗൂഢാലോചന യായിരുന്നു, ഈ വിവാഹം."

മുരളി ചീറി.

തുടർന്ന്, മദ്യത്തേക്കാൾ വീര്യം കൂടിയ വാമൊഴിവഴക്കങ്ങൾ കൊണ്ട് മുരളി നാവാടൽ ആരംഭിച്ചു. സുരപാന വേളകളിലെങ്കിലും ഞങ്ങളെ ഉപയോഗിക്കൂ, പ്ലീസ് എന്ന ചീത്ത വാക്കുകളുടെ അഭ്യർത്ഥന മാനിച്ചെന്ന മട്ടിൽ മുരളി അസഭ്യവർഷം തുടർന്നു. അക പ്രകൃതിയെ വെളിപ്പെടുത്തു ന്നതാണ് മദ്യപന്റെ ഭാഷ എന്ന വചനം എനിക്ക് ഓർമ്മവന്നു. ശ്രോതാ വായ രാജേന്ദ്രന്റെ മുഖത്ത് പുച്ഛം നുരയുകയായിരുന്നു. ഒന്ന് വാളു വെച്ചാൽ കൊള്ളാമെന്ന് അവൻ അടക്കം പറയുന്നത് ഞാൻ കേട്ടു. ഇതിനിടയിൽ മേശപ്പുറത്ത് ഫോൺമുഖം മിന്നിയണയുന്നത് ഒരു തിരശീലക്കാഴ്ചയായി.

ഷവോമിയിൽ വീണ്ടും വിളി വന്നോ?

അതോ വെറും തോന്നലോ?

ഇരുട്ടിന്റെ അല്ലനിറങ്ങൾ ഭൂമിയിൽ പരക്കാൻ തുടങ്ങി.

മദ്യസേവയിൽ നിന്ന് റിട്ടയർമെന്റ് എടുത്ത് മുരളി എഴുന്നേറ്റു. നടപ്പുശേഷി കുറഞ്ഞ കാലുകൾ വലിച്ചിളക്കി മുരളി യാത്രക്കു വട്ടംകൂട്ടി. നെറ്റിയിൽ പൊടിഞ്ഞുനിന്ന ഉഷ്ണം തൂത്തെറിഞ്ഞ്, മൊബൈൽ ഫോൺ അയാൾ പോക്കറ്റിലാക്കി.

"സമയ പ്രഭുക്കളേ, നന്ദി. സമയ പ്രജ ഇതാ ഇറങ്ങുന്നു."

മുരളി യാത്ര പറഞ്ഞു.

"നാളെ കാലേക്കൂട്ടി വരണം."

ഞാൻ ഓർമ്മപ്പെടുത്തി.

"മന്ത്രിയോടൊപ്പം ഫോട്ടോ പിടിച്ച് ഫെയ്സ്ബുക്ക് ഭിത്തിയിൽ ഒട്ടിക്കാനുള്ളതല്ലേ? ആ സുവർണ്ണാവസരം ഒരു കാരണവശാലും ഞാൻ പാഴാക്കില്ല. നേരത്തെതന്നെ എത്തിക്കൊള്ളാം."

മുരളി ഉറപ്പു നൽകി.

"സൂക്ഷിച്ചു പോണേ-"

തോമസ് ജാഗ്രതാനിർദ്ദേശം നൽകി.

"പേടിക്കേണ്ട. ഉദ്യോഗസ്ഥർ മദ്യപിച്ചാൽ സൂക്ഷ്മതയും ശ്രദ്ധയും വല്ലാതെ കൂടും. താൻ മദോന്മത്തനാണെന്ന ഭയം ഒരാവരണമായി പൊതിഞ്ഞു നിൽക്കുന്നതു കൊണ്ടു തന്നെ അവർ നിതാന്ത ജാഗ്രതയിലായിരിക്കും."

ഞാൻ പറഞ്ഞു.

"ശരിയാണ്. ഭയവും ജാഗ്രതയും നല്ല കവചമാണ്. ശ്രദ്ധിച്ചിട്ടുണ്ടോ, 'എൽ' ബോർഡു വെച്ച വാഹനങ്ങൾ അപകടത്തിൽ പെടുന്നത് വിരളമാണ്."

രാജേന്ദ്രൻ വിജ്ഞാനം വിളമ്പി.

ഇരുട്ട് മയങ്ങാൻ കിടന്ന റോഡിലേക്ക് മുരളി ഇറങ്ങി. വഴി കവണ പിരിയുന്ന ഭാഗത്ത് ഒറ്റക്കൺവെട്ടം അപ്രത്യക്ഷമാകുന്നതിന്റെ വിഹഗ ദൃശ്യം ഞങ്ങൾ നോക്കിയിരുന്നു.

"ഒരു സ്വകാര്യം ചോദിക്കട്ടെ. 'കൊടുത്തു ഞാൻ, അവളെനിക്കിട്ട് രണ്ട്' എന്ന മട്ടിലാണ് മുരളിയുടെ കുടുംബജീവിതം എന്നു കേൾക്കുന്നതു നേരോ?"

രഘു തിരക്കി.

കമാ എന്നു മിണ്ടാതെ ഞാൻ നിശബ്ദത പാലിച്ചു. പരപീഢയറിഞ്ഞ് അവനങ്ങിനെ സുഖിക്കേണ്ട.

"എനിക്കു കരച്ചിൽ വരുന്നു."

ഓർമ്മയിൽ ഇന്നലെകൾ പുനർജനിക്കാൻ തുടങ്ങിയ തോമസ് ഗദ്ഗദപ്പെട്ടു. തിക്തമായ ഓർമ്മകളുടെ പട്ടാളം പെരുമ്പറ മുഴക്കി അവന്റെ മനസ്സിലൂടെ പരേഡ് നടത്തുന്നത് ഞങ്ങളറിഞ്ഞു.

“കരയുന്നവനോട് കാരണം തിരക്കരുത് എന്നാണല്ലോ. കരഞ്ഞോളൂ, പതം പറഞ്ഞു കരഞ്ഞോളൂ. കരഞ്ഞു കരഞ്ഞങ്ങനെ പാപങ്ങൾ പോക്കി, വിമുക്തി നേടി, സ്വയമങ്ങനെ വിമലീകരിക്കപ്പെടട്ടെ.”

രഘു ഉശിരുകേറ്റി.

“കരച്ചിലിന് പല അർത്ഥതലങ്ങളുണ്ട്. മഹാനായ അലക്സാണ്ടർ ചക്രവർത്തി ഒരിക്കൽ ശവക്കൂമ്പാരത്തിനരികിൽ നിന്ന് പൊട്ടിക്കരഞ്ഞിട്ടുണ്ട്.”

രാജേന്ദ്രൻ പറഞ്ഞു.

“എന്തിന്?”

രഘു ജിജ്ഞാസാഭരിതനായി.

“വാളിനിരയാക്കാൻ ഇനിയാരും അവശേഷിക്കുന്നില്ലല്ലോ എന്ന സങ്കടത്താൽ.”

ഏതോ തർക്കുത്തരം പറയാൻ ശ്രമിച്ച തോമസിനെ എരിവ് വിക്കി.

മീൻകറിയിൽ കുളിച്ച മുട്ടനൊരു കപ്പക്കഷണം ഇതിനിടയിൽ അവന്റെ കുപ്പായത്തിൽ തെറിച്ചു വീണു. അതു കണ്ട് രഘു അവനെ പരിഹസിച്ചു-

“നീയെന്താ, ഷർട്ടിനെ തീറ്റിപ്പോറ്റുകയാണോ?”

“കുപ്പായത്തിന് മന:പൂർവ്വം ഭക്ഷണം നൽകിയ ഒരാളുടെ കഥ കേട്ടിട്ടില്ലേ? ഒരു പ്രൗഢചടങ്ങിനു സാധാരണ വേഷത്തിൽ എത്തിച്ചേർന്ന അയാൾക്കു പ്രവേശനം നിഷേധിക്കപ്പെട്ടു. മടങ്ങിപ്പോയി കളസവും കോട്ടും ധരിച്ച് തിരിച്ചെത്തിയ അയാൾ ഭക്ഷണമേശയിൽ വെച്ച് തന്റെ കോട്ടിൽ കറി കോരിച്ചൊരിയാൻ തുടങ്ങി. പ്രവേശനം ലഭിച്ചത് തനിക്കല്ലെന്നും വേഷഭൂഷാദികൾക്കാണെന്നും, അതുകൊണ്ടുതന്നെ ഭക്ഷണത്തിനുള്ള അർഹത തന്റെ ഗോസായി വേഷത്തിനാണെന്നും ആയിരുന്നു അയാളുടെ നിലപാട്.”

രാജേന്ദ്രൻ വിവരിച്ചു.

“കാടാറുമാസം, നാടാറുമാസം
കണ്ണീർ കടൽക്കരെ താമസം.”

സന്നി ബാധിച്ചതുപോലെ തോമസ് പാടാൻ തുടങ്ങി.

“ഒരു സംശയം, ബ്രോ”-

മീൻചാറ് തൊട്ട വിരൽകൊണ്ട് തോമസ് എന്നെ തോണ്ടി.

"ആറുമാസം കാട്ടിലും, ആറുമാസം നാട്ടിലും കഴിഞ്ഞാൽ പിന്നെ എപ്പോഴാണ് ഇപ്പറഞ്ഞ കടൽക്കരെ താമസിക്കാൻ നേരം കിട്ടുക?"

"അവനു മത്തായി."

രഘു ചിരിച്ചു.

"മത്തായിയും റപ്പായിയുമൊന്നുമല്ല. ഞാൻ തോമസാണ്."

തോമസ് പുലമ്പി.

ഞങ്ങളെ ഞെട്ടിച്ചുകൊണ്ട് ചില സ്വയമ്പൻ പദസങ്കലനങ്ങൾ തോമസ് അന്തരീക്ഷത്തിലേക്കു വിക്ഷേപിച്ചു. അത് തന്റെ അത്യന്താധുനിക കവിതയാണെന്നും, താൻ ഒരു നിമിഷകവിയാണെന്നും അയാൾ പ്രഖ്യാപനം നടത്തി. ദാമ്പത്യജീവിതമെന്നത് അഴികളില്ലാത്ത കെണിയാണ് എന്നാണ് താൻ ശ്ലോകത്തിൽ കഥിച്ചതിന്റെ പൊരുൾ എന്നയാൾ വിശദീകരിച്ചു.

"മലയാള ഭാഷ നിന്നോടെന്തു തെറ്റു ചെയ്തെടാ?"

രഘു സങ്കടപ്പെട്ടു.

അപ്പോൾ എന്റെ ഓർമയിൽ ഒരു വെൺമണിക്കവിത ഇതളിട്ടു വിരിയുകയായിരുന്നു–

"പൊട്ടിക്കാം തേങ്ങ ഭൂതേശ്ശാ
മുട്ടിക്കാതെയൊരാണ്ടു ഞാൻ–
പൊട്ട ശ്ലോകങ്ങളുണ്ടാക്കും
ദുഷ്ടക്കൂട്ടം നശിക്കണേ."

കുപ്പായക്കീശയിൽ പതുങ്ങിക്കിടന്നിരുന്ന എന്റെ മൊബൈൽ ഫോൺ ഒന്ന് ഇക്കിളിപ്പെട്ടു. പുതിയൊരു വാട്സ് ആപ്പ് സന്ദേശം പാറി വന്നതാണ്. ഞാനത് തുറന്നു.

"നാളെ വരാൻ കഴിയില്ല."

മുരളിയുടെ സന്ദേശം വായിച്ച് അന്ധാളിച്ച ഞാൻ ഇക്കാര്യം മറ്റുള്ളവരുമായി പങ്കുവെച്ചു.

"അപകടം വല്ലതും–?"

സംശയങ്ങളുടെ ഇൻകുബേറ്ററായ തോമസിന്റെ മനസ്സിൽ ആപത്ശങ്ക കറുത്ത മഴവില്ലായി. മിനുക്ക് കടലാസുപോലെ തിളങ്ങുന്ന കഷണ്ടിത്തലയിൽ അവൻ ആശങ്കയോടെ വിരലോടിച്ചു. തിടുക്കപ്പെട്ട് മുരളിക്കു ഫോൺ ചെയ്തുവെങ്കിലും, ഒരാവൃത്തി ബെൽ മുഴങ്ങി, ഫോൺ നിശ്ചലമായി.

"പോലീസ് പൊക്കിയോ–?"

രഘുവിന്റെ ആ സംശയം ഉത്തരം കിട്ടാതെ മുറിക്കുള്ളിൽ ചുറ്റി ത്തിരിഞ്ഞു. മന:സമാധാനത്തിന്റെ അളവ് ഞങ്ങളിൽ ക്രമാതീതമായി കുറഞ്ഞുവരാൻ തുടങ്ങി. മദ്യത്തിന്റെ കെട്ടിറങ്ങിയ ഞങ്ങൾ ഹോട്ട് സീറ്റിലെന്നതുപോലെ അസ്വസ്ഥരായിരുന്നു.

"എവിടെയാ?"

ഒരു വാട്സ് ആപ്പ് ധൃതിയിൽ തൊടുത്തുവിട്ട്, ശരിയടയാളത്തിന് നീലനിറം വരുന്നതും നോക്കി ഞാനിരുന്നു.

"വീട്ടിൽ."

മനസിന്റെ വേവും നോവും കുറയ്ക്കുന്ന മറുപടി വന്നു.

പെട്ടെന്ന് അജ്ഞാതമായ ഒരു ഉൾവിളി വെളിപാടായി നിറയുന്നത് ഞാനറിഞ്ഞു. മിന്നിയണഞ്ഞ ഒരു ഫോൺമുഖം ഓർമ്മയുടെ വില്ലീസു പടുതക്കിടയിൽ തെളിഞ്ഞു വന്നു.

"കൈപ്പേസി ചതിച്ചു?"

പ്രശ്നോത്തരി തേടി മറ്റൊരു ചോദ്യംകൂടി തൊടുത്തുവിട്ട്, ആകാംക്ഷ യോടെ കാത്തിരുന്നു.

"യേസ്."

വാട്സ് ആപ്പ് മറുപടി ഉടൻ വന്നു.

ത്രിമധുരം രുചിച്ചവന്റെ മട്ടിൽ എന്റെ മുഖം വിടർന്നു.

"ഇയാളെന്താ മന്ദഹസിക്കുന്നത്?"

സഹപ്രവർത്തകർ കണ്ണുകൾ കൊണ്ട് എന്നെ ചോദ്യം ചെയ്തു.

കോൾ കട്ടാകാതിരുന്ന ഫോണിലൂടെ ആ തെറിയൊക്കെയും രാധ കേട്ടു എന്ന സത്യം വെളിപ്പെടുത്താൻ ഞാൻ ഒരുമ്പെട്ടു.

അപ്പോഴേക്കും അടുത്ത വാട്സ് ആപ്പ് വന്നടിയുന്നതിന്റെ സൂചന കിട്ടി.

അതൊരു ചിത്രമായിരുന്നു-

പെൺവിരലുകൾ ചാപ്പ കുത്തി വീങ്ങിയ മുഖവുമായി അന്തിച്ചിരി ക്കുന്ന ഒരാണിന്റെ സെൽഫിച്ചിത്രം.

മാർട്ടിൻ കൂപ്പറെ ഞാൻ വെറുതെ ഓർത്തു.

❖❖

www.ingramcontent.com/pod-product-compliance
Lightning Source LLC
LaVergne TN
LVHW090412051026
849518LV00006B/2323